ஔவையாரின் அறநூல்கள்

தெளிவுரை

முகிலை இராசபாண்டியன்

புள்ளினங்காள்
வெளியீடு

An Imprint page of Pen Bird Publications

+91 8220063246 | penbirdpublications@gmail.com | www.penbird.in

ஔவையாரின் அறநூல்கள்
முகிலை இராசபாண்டியன்©

Avvaiyarin Ara Noolgal
Muhilai Rajapandiyan©

முதல் பதிப்பு - டிசம்பர் 2023
PB #07 - இலக்கியம்
வடிவமைப்பு - நா.கௌசிகன்

ISBN: 978-81-965804-7-6
Rs. 100

இந்நூலின் எந்தவொரு பகுதியையும் ஆசிரியர் மற்றும் பதிப்பாளரின் எழுத்து பூர்வ அனுமதியின்றி அச்சு மற்றும் மின்னணு வழியே நகல் எடுப்பது, ஒலிப்பதிவு செய்து வெளியிடுவது, துண்டுப் பிரசுரமாக அச்சிட்டு வெளியிடுவது போன்ற செயல்கள் பதிப்புரிமைச் சட்டத்தின்படி தடை செய்யப்பட்டுள்ளது.

பொருளடக்கம்

என்னுரை	5
ஆத்தி சூடி	10
கொன்றை வேந்தன்	25
வாக்குண்டாம் (மூதுரை)	38
நல்வழி	53

என்னுரை

தமிழகத்தில் இரண்டாயிரம் ஆண்டுகளுக்கு முன்பே பெண்கள் அறிவில் சிறந்து விளங்கினார்கள். ஔவையார் முதலான பல பெண்கள் கவிபாடும் ஆற்றல் பெற்று விளங்கினார்கள். இடைக்காலத்திலும் காரைக்கால் அம்மையார், ஆண்டாள் முதலானோர் கவி புனையும் ஆற்றல் பெற்றுப் புகழ் அடைந்தார்கள்.

ஔவையார் என்றால் அம்மையார் என்று பொருள். கிழவி, பெண் துறவி முதலான பொருள்களிலும் ஔவையார் என்னும் பெயர் அழைக்கப்படுகிறது.

ஔவையார் என்னும் பெயரில் பல பெண் புலவர்கள் வாழ்ந்திருக்கிறார்கள். அவர்களில் இருவர் படைத்த இலக்கியங்கள் இன்றளவும் பலராலும் போற்றப்படுகின்றன. ஒருவர் சங்க கால ஔவையார்; இன்னொருவர் இடைக்கால ஔவையார்.

அதியமான், அவனது மகன் பொகுட்டு எழினி, நாஞ்சில் வள்ளுவன், சேரன், சோழன், பாண்டியன் ஆகியோரைச் சங்க கால ஔவையார் பாடியுள்ளார்.

இடைக்காலத்தில் வாழ்ந்த ஔவையார் வரலாற்றுடன் கம்பர், ஒட்டக்கூத்தர், புகழேந்திப் புலவர், சேரமான் பெருமாள் நாயனார், சுந்தர மூர்த்தி நாயனார் முதலியோர் வரலாறும் இணைந்துள்ளது.

இந்த இடைக்கால ஔவையார் ஆத்திசூடி, கொன்றை வேந்தன், மூதுரை, நல்வழி முதலான அறநூல்களையும் வேறு பல நூல்களையும் தனிப்பாடல்கள் பலவற்றையும் பாடியுள்ளார்.

ஔவையாரின் புகழைத் தமிழ் மக்களும் உலக மக்களும் போற்றுகின்றனர். தமிழக அரசு ஔவையாருக்குச் சென்னைக் கடற்கரையில் சிலை வைத்ததுடன் ஔவையார் பெயரில் ஒரு விருதினையும் வழங்கி வருகிறது. உலக மகளிர் தினத்தின் போது ஔவையார் சிலைக்குத் தமிழக அரசு மாலை அணிவித்து மரியாதை செய்கிறது.

ஔவையாரின் புகழ் உலகளாவிய நிலையிலும் பரவியுள்ளது.

கற்றது கைம்மண்ணளவு
கல்லாதது உலகளவு

என்னும் ஔவையாரின் பாடல் அடி உலக அறிஞர்களைக் கவர்ந்துள்ளது.

அமெரிக்காவில் உள்ள மிக்சிகன் நகரில் இணையத்தின் வாயிலாகக் கல்வி பயிற்றுவிக்கும் நிறுவனம் ஒன்று உள்ளது. அந்த நிறுவனத்தின் குறிக்கோள் வாசகமே இந்த ஔவையார் பாடல்தான்.

'what we have learnt is like a handful of earth what we have yet to learn is like the whole world'

என்பதுதான் அந்தப் பாடலின் ஆங்கில மொழிபெயர்ப்பு. இதனைத்தான் அங்கே குறிக்கோள்

வாசகமாக எழுதிவைத்து ஔவையாருக்குப் பெருமை சேர்த்து உள்ளார்கள்.

ஔவையார் பாடிய அறநூல்கள் நான்கும் மனித வாழ்க்கைக்குத் தேவையான அறநெறிகளை உணர்த்துகின்றன. அவை அனுபவத்தின் பிழிவாக உள்ளன. அந்த அறநெறிகளை மக்கள் அனைவரும் பின்பற்ற வேண்டும் என்னும் நோக்கத்தில் இந்த நூலை எளிய உரையுடன் படைத்துள்ளேன்.

ஆத்திசூடி

ஆத்திசூடி என இந்த நூலின் கடவுள் வாழ்த்துத் தொடங்குவதால் இந்த நூல் ஆத்திசூடி என அழைக்கப்படுகிறது. கடவுள் வாழ்த்து நீங்கலாக 108 தொடர்களை அகர வரிசையில் கொண்டுள்ளது இந்த நூல். சிறுவர் முதல் அனைவரும் படித்துப் பின்பற்றுவதற்கு ஏற்ற நூல் இது.

கொன்றை வேந்தன்

கொன்றை வேந்தன் என இந்த நூலின் கடவுள் வாழ்த்துத் தொடங்குவதால் இந்த நூல் கொன்றை வேந்தன் என அழைக்கப்படுகிறது. ஆத்திசூடியைப் போன்றே இந்த நூலில் 91 தொடர்கள் அகர வரிசையில் அமைக்கப்பட்டுள்ளன.

வாக்குண்டாம் (மூதுரை)

முப்பது வெண்பாக்களைக் கொண்ட இந்த நூலின் கடவுள் வாழ்த்துப் பாடல் வாக்குண்டாம் எனத் தொடங்குவதால் இந்த நூல் இந்தப் பெயர் பெற்றது. பழமையான அறிவுரைகளைக் கூறுவதால் இதனை மூதுரை என்றும் போற்றுகிறோம்.

நல்வழி

மனித வாழ்க்கையை நல்வழிப்படுத்தும் நாற்பது வெண்பாக்களைக்கொண்ட நூல் இது.

நான்கு அறநூல்களையும் உள்ளடக்கிய இந்த எளிய உரைநூல் வெளிவருவதற்குப் பெரிதும் துணை புரிந்த ஞாலம் இலக்கிய இயக்கத்தின் உறுப்பினர்கள் அனைவருக்கும் எனது நன்றியைத் தெரிவித்துக் கொள்கிறேன்.

இலக்கிய அமைப்புகளுக்குப் புரவலராக இருந்து பலரை இலக்கியப் பணியில் தொடர்ந்து ஈடுபடச் செய்துவரும் பொறியாளர் திரு.ந.முத்துரெட்டி அவர்கள் எப்போதும் எனது இலக்கியப் பணிக்கு ஆதரவு வழங்கி வருகிறார். அவருக்கு என் நன்றியைத் தெரிவித்துக் கொள்கிறேன். தமிழ்ப் பணியில் எனக்குத் தோள் கொடுத்து எனது எண்ணப்படி இணைந்து இயங்கி வரும் தமிழ்த் தொண்டர் திரு.அ.வே.செல்லப்பரெட்டி அவர்களுக்கும் என் நன்றியை உரித்தாக்கிக் கொள்கிறேன்.

எனது இலக்கியப் பயணத்தில் தொடர்ந்து என்னுடனிருந்து என்னை ஊக்கப்படுத்தி வரும் புலவர் த.சுந்தரராசன், வள்ளல் கு.வெள்ளைச்சாமி, பாவலர் ம.கணபதி, முனைவர் த.ஆதித்தன், கவிஞர் க.மணிமேகலை, அரிமா.வ.கந்தசாமி, கவிமாமணி க.குணசேகரன், புலவர் கோ.பார்த்தசாரதி, முனைவர் இராம குருநாதன், முனைவர் கோ.பெரியண்ணன், கவிஞர் இராதா ஞானசேகரன், கவிஞர் செந்தமிழ்ச் சித்தன், பேராசிரியர் அ.வீரையா, பேராசிரியர்

ர.தங்கவேல், திரு.முகில்சன், திரு.த.மகாராசன், திரு.நா.ஞான சேகரன் ஆகியோருக்கு என் நன்றியைத் தெரிவித்துக் கொள்கிறேன்.

என்னுடன் நட்புடன் பழகிவரும் மாநிலக் கல்லூரியின் அனைத்துத்துறைப் பேராசிரியர்களுக்கும் தமிழகம் முழுவதும் உள்ள பிற கல்லூரிப் பேராசிரியர்களுக்கும் என் இதயங்கனிந்த நன்றியைத் தெரிவித்துக் கொள்கிறேன்.

எனக்குத் துணைவி என்னும் நிலையில் எனது எழுத்துப் பணிக்கு எப்போதும் ஆதரவு வழங்கிவரும் திருமதி சு.செ.செல்வ தங்கத்திற்கும் எனது மகள் இரா.பாவைக்கும் எனது மகன் இரா.கோவனுக்கும் என் நன்றி.

எனது வளர்ச்சியில் எப்போதும் ஆர்வம் காட்டி வரும் எனது சகோதரர்கள் திரு.இராஜபழம் என்ற இரெ.சுப்பிரமணியன், திரு.இரெ.காமராஜ், சகோதரியர் திருமதி இரெ.காந்திமதி, திருமதி இரெ.பொன்னம்மாள் என்ற விஜயலட்சுமி ஆகியோருக்கும் தாகக் கவிஞர் த.கா.ஸ்ரீராம் குமார் அவர்களுக்கும் என் நன்றியைத் தெரிவித்துக் கொள்கிறேன்.

புள்ளினங்காள் வெளியீட்டின் பொறுப்பாளர் நா.கௌசிகன் அவர்களுக்கு என் நெஞ்சார்ந்த நன்றி.

அன்புடன்
முகிலை இராசபாண்டியன்
18.10.2017

ஆத்தி சூடி

கடவுள் வாழ்த்து

**ஆத்தி சூடி அமர்ந்த தேவனை
ஏத்தி ஏத்தித் தொழுவோம் யாமே.**

ஆத்தி மாலை அணிந்த சிவபெருமானின் விருப்பத்திற்கு உரிய மூத்த மகனான விநாயகப் பெருமானை நாம் போற்றி வணங்குவோம்.

அறம் செய விரும்பு 1

நல்ல அறச்செயல்களை விருப்பத்துடன் செய்ய வேண்டும்.

ஆறுவது சினம் 2

கோபம் வந்தால் அந்தக் கோபம் வெளிப்படாமல் தணித்துக் கொள்ளவேண்டும்.

இயல்வது கரவேல் 3

நம்மால் இயன்ற பொருளை மறைத்து வைக்காமல் பிறருக்குக் கொடுக்க வேண்டும்.

ஈவது விலக்கேல் 4

ஒருவர் பிறருக்கு உதவி செய்யும்போது அதைத் தடுக்கக் கூடாது.

உடையது விளம்பேல் 5
நம்மைப் பற்றிய உண்மைகளை எல்லோரிடமும் வெளிப்படையாகச் சொல்லக்கூடாது.

ஊக்கமது கைவிடேல் 6
ஒரு செயலைச் செய்யும்போது அதில் தடை ஏற்பட்டாலும் முயற்சியைக் கைவிடக்கூடாது.

எண் எழுத்து இகழேல் 7
வாழ்க்கைக்குத் துணைபுரியும் கணிதத்தையும் இலக்கியத்தையும் புறக்கணிக்கக்கூடாது.

ஏற்பது இகழ்ச்சி 8
எந்தச் சூழ்நிலையிலும் பிறரிடம் பொருள் பெற்று வாழ நினைப்பது இழிவு.

ஐயம் இட்டு உண் 9
பிச்சை எடுப்பவர்களுக்கு உணவினை ஒதுக்கி வைத்துவிட்டு நாம் உண்ண வேண்டும்.

ஒப்புரவு ஒழுகு 10
உலக நடைமுறையைத் தெரிந்து அதற்கேற்ப நடக்கவேண்டும்.

ஓதுவது ஒழியேல் 11
எந்தச் சூழலிலும் கல்வி கற்பதை நிறுத்திவிடக்கூடாது.

ஔவியம் பேசேல் 12
ஒருவர்மேல் பொறாமை கொண்டு அவரைப்பற்றி இழிவாகப் பேசக்கூடாது.

அஃகம் சுருக்கேல் **13**

உணவுப் பொருள்களான தானியங்களை அளவு குறைவாக வழங்கக்கூடாது.

கண்டு ஒன்று சொல்லேல் **14**

பார்த்தது ஒன்றாய் இருக்க, பார்க்காத ஒன்றைப் பார்த்ததுபோல் சொல்லக்கூடாது.

ஙப் போல் வளை **15**

ங என்ற எழுத்தைப்போல வளைந்து நெளிந்து வாழக் கற்றுக்கொள்ள வேண்டும்.

சனி நீராடு **16**

சனிக்கும் நீர் என்றால் ஊறும் நீர் என்று பொருள். எனவே ஊற்று நீரில் குளிக்க வேண்டும்.

ஞயம்பட உரை **17**

சிறந்த முறையில் பேசுதல் வேண்டும்.

இடம்பட வீடு எடேல் **18**

பயன்பாட்டுக்குத் தேவைப்படும் அளவுக்கு மிகுதியாக வீடு கட்டக்கூடாது.

இணக்கம் அறிந்து இணங்கு **19**

நட்புக் கொள்வதற்குத் தகுதியானவரா என்பதை அறிந்தபின் ஒருவருடன் நட்புக்கொள்ள வேண்டும்.

தந்தை தாய் பேண் **20**

தந்தையையும் தாயையும் போற்றிப் பாதுகாக்க வேண்டும்.

நன்றி மறவேல் 21
ஒருவர் செய்த உதவியை மறக்கக்கூடாது.

பருவத்தே பயிர் செய் 22
பயிர் செய்யவேண்டிய பருவத்தை அறிந்து பயிர் செய்யவேண்டும்.

மன்று பறித்து உண்ணேல் 23
ஊர்ப் பொதுமன்றத்திற்கு உள்ள பொருளைப் பறித்துப் பெறும் வருவாயில் வாழக்கூடாது.

இயல்பு அலாதன செயேல் 24
உலக இயல்புக்கு மாறுபாடான செயல்களைச் செய்யக்கூடாது.

அரவம் ஆடேல் 25
பாம்புடன் விளையாடக் கூடாது. அவ்வாறு விளையாடினால் அந்தப் பாம்பு கடித்துவிடும்.

இலவம் பஞ்சில் துயில் 26
இலவம் பஞ்சினால் செய்யப்பட்ட மெத்தையில் தூங்குவது உடலுக்கு நல்லது.

வஞ்சகம் பேசேல் 27
உள்ளத்தில் ஒன்று வைத்து, வெளியில் வேறொன்று பேசக்கூடாது.

அழகு அலாதன செயேல் 28
பிறரால் போற்றப்படாத செயல்களைச் செய்யக்கூடாது.

இளமையில் கல் 29
இளம் வயதில் கற்பது மனத்தில் நன்கு பதியும். எனவே இளமையிலேயே கற்க வேண்டும்.

அறனை மறவேல் 30
அறச்செயல்கள் செய்வதை நாம் மறக்கக்கூடாது.

அனந்தல் ஆடேல் 31
தூக்கக் கலக்கத்துடன் விளையாடக்கூடாது. அவ்வாறு விளையாடினால் துன்பம் ஏற்படலாம்.

கடிவது மற 32
கடிந்து பேசும் சொற்களைப் பேசாமல் மறந்துவிட வேண்டும்.

காப்பது விரதம் 33
பிற உயிர்களுக்குத் துன்பம் செய்யாமல் அவற்றைக் காப்பது நோன்பு ஆகும்.

கிழமைப் பட வாழ் 34
மற்றவர்களுக்கு உதவும்போது உரிமை எடுத்துக்கொண்டு உதவி வாழ வேண்டும்.

கீழ்மை அகற்று 35
கீழ்த்தரமான செயல்களைச் செய்யாமல் கைவிட வேண்டும்.

குணமது கைவிடேல் 36
நற்பண்புகளைக் கைவிடாமல் பின்பற்றி வாழவேண்டும்.

கூடிப் பிரியேல் — 37
நல்லவர்களுடன் நட்புக்கொண்டு வாழ்ந்தால் அவர்களைவிட்டுப் பிரியக்கூடாது.

கெடுப்பது ஒழி — 38
பிறருக்குத் தீங்கு செய்யாமல் வாழவேண்டும்.

கேள்வி முயல் — 39
அறிவுடையவர்களின் அறிவுரையை முயன்று கேட்டுப் பயன்பெற வேண்டும்.

கைவினை கரவேல் — 40
ஒருவன் தான் கற்ற கைத்தொழிலை மறைத்து வைக்காமல் மற்றவர்க்குக் கற்றுக்கொடுக்க வேண்டும்.

கொள்ளை விரும்பேல் — 41
பொருளை அளவில்லாமல் சேர்த்துக் குவிக்க விரும்பக்கூடாது.

கோது ஆட்டு ஒழி — 42
துன்பம் தரக்கூடிய விளையாட்டுகளில் ஈடுபடக்கூடாது.

கௌவை அகற்று — 43
நமது வாழ்க்கையில் பிறராலோ நமது செயல்களாலோ ஏற்படும் பழியைப் போக்கிட வேண்டும்.

சக்கர நெறி நில் — 44
அரசனின் ஆணைக்கு அடிபணிந்து வாழவேண்டும்.

சான்றோர் இனத்து இரு 45
அறிஞர்களுடன் இணைந்து வாழவேண்டும்.

சித்திரம் பேசேல் 46
சித்திரத்தை அலங்கரிப்பதைப்போல் பொய்யை மெய்போல் பேசக்கூடாது.

சீர்மை மறவேல் 47
நம்மிடம் உள்ள சிறந்த செய்கைகளை மறந்துவிட வேண்டாம்.

சுளிக்கச் சொல்லேல் 48
பிறர் முகம் சுளிக்கும்படியாகப் பேசக்கூடாது.

சூது விரும்பேல் 49
சூதாட்டத்தால் பொருள் இழப்பு ஏற்படும். எனவே சூதாட்டத்தை விரும்பக்கூடாது.

செய்வன திருந்தச் செய் 50
நாம் செய்யும் செயல்களைக் குறை இல்லாமல் திருத்தமாகச் செய்யவேண்டும்.

சேர் இடம் அறிந்து சேர் 51
யாருடன் சேர்ந்து வாழவேண்டும், யாருடன் சேர்ந்து வாழக்கூடாது என்பதைத் தெரிந்து சேரவேண்டும்.

சை எனத் திரியேல் 52
பிறர் நம்மைப் பார்த்து, 'சீ' எனச் சொல்லும்படி நடக்கக்கூடாது.

சொல் சோர்வு படேல் 53
பொருள் இல்லாத வெற்றுச்சொற்களையும் ஆரவாரச் சொற்களையும் பேசக்கூடாது.

சோம்பித் திரியேல் 54
சோம்பேறியாக ஊரைச்சுற்றித் திரியக்கூடாது.

தக்கோன் எனத் திரி 55
தகுதியில் சிறந்தவனாக நடந்துகொள்ள வேண்டும்.

தானமது விரும்பு 56
ஏழைகளுக்கும் அனாதைகளுக்கும் விருப்பத்துடன் உதவி செய்யவேண்டும்.

திருமாலுக்கு அடிமை செய் 57
இறைவனுக்குத் தொண்டனாக இருக்க வேண்டும்.

தீவினை அகற்று 58
தீமை தரும் செயல்களைச் செய்யக்கூடாது.

துன்பத்திற்கு இடம் கொடேல் 59
மன வருத்தம் ஏற்படாத வகையில் வாழவேண்டும்.

தூக்கி வினை செய் 60
எந்தச் செயலையும் செய்யும்போது அதனால் ஏற்படும் நன்மை தீமைகளைச் சீர்தூக்கிப் பார்த்துச் செய்ய வேண்டும்.

தெய்வம் இகழேல் 61
தெய்வத்தை இகழ்ந்து பேசக்கூடாது.

தேசத்தோடு ஒத்து வாழ் 62
நாட்டு மக்கள் அனைவருடனும் ஒற்றுமையுடன் வாழவேண்டும்.

தையல் சொல் கேளேல் 63
மனைவி இழிவாகப் பேசும்போது அதனைப் பொருட்படுத்தக்கூடாது.

தொன்மை மறவேல் 64
நமது இனத்தின் பழமையான பழக்க வழக்கங்களை மறக்கக்கூடாது.

தோற்பன தொடரேல் 65
ஒரு செயலைச் செய்துகொண்டிருக்கும்போது அதனால் தோல்வி ஏற்படும் என்று தோன்றினால் அந்தச் செயலைத் தொடர்ந்து செய்யக்கூடாது.

நன்மை கடைப்பிடி 66
நல்ல செயல்களைத் தவறாமல் பின்பற்றி வாழவேண்டும்.

நாடு ஒப்பன செய் 67
நாட்டு மக்கள் ஏற்றுக்கொள்ளும் செயல்களைச் செய்யவேண்டும்.

நிலையில் பிரியேல் 68
நமது உயர்ந்த நிலைக்குத் தாழ்வு ஏற்படாத வகையில் வாழவேண்டும்.

நீர் விளையாடேல் 69
நீர் நிலைகளைப் பற்றித் தெரிந்துகொள்ளாமல் நீர் விளையாட்டு விளையாடக்கூடாது.

நுண்மை நுகரேல் — 70
நோய் உருவாக்கும் உணவு வகைகளை உண்ணக்கூடாது.

நூல் பல கல் — 71
அறிவு தரும் நூல்கள் பலவற்றைக் கற்கவேண்டும்.

நெல் பயிர் விளை — 72
நெல்லைப் பயிர் செய்து விளைச்சலைப் பெருக்க வேண்டும்.

நேர்பட ஒழுகு — 73
நேர்மையான வழியில் நடக்கவேண்டும்.

நை வினை நணுகேல் — 74
பிறர் மனம் வருந்தும் செயல்களைச் செய்யக்கூடாது.

நொய்ய உரையேல் — 75
பிறர் மனம் வருந்தும்படியாகப் பேசக்கூடாது.

நோய்க்கு இடம் கொடேல் — 76
உடல்நோய்க்கும் மனநோய்க்கும் இடம் கொடுக்காமல் வாழவேண்டும்.

பழிப்பன பகரேல் — 77
பிறர் பழித்துக் கூறும் செய்திகளை மற்றவர்களுடன் பகிர்ந்துகொள்ளக்கூடாது.

பாம்பொடு பழகேல் — 78
பாம்பைப் பழக்கி வளர்க்கும் செயலைச் செய்யக்கூடாது.

பிழைபடச் சொல்லேல் 79
பிழையான கருத்துகளைச் சொல்லக்கூடாது.

பீடு பெற நில் 80
பெருமை ஏற்படும்படியான செயல்களைச் செய்ய வேண்டும்.

புகழ்ந்தாரைப் போற்றி வாழ் 81
புகழ்பெற்ற பெரியோரைப் போற்றி அவர்கள் வழியில் நடக்கவேண்டும்.

பூமி திருத்தி உண் 82
நிலத்தை நன்கு உழுது பயிர் செய்து விளைவித்து உண்ணவேண்டும்.

பெரியாரைத் துணைக் கொள் 83
அறிவுமிக்க பெரியோர் கூறிய அறிவுரைகளைத் துணையாகக் கொண்டு வாழ வேண்டும்.

பேதைமை அகற்று 84
அறியாமையை அகற்றி வாழ வேண்டும்

பையலோடு இணங்கேல் 85
அறிவில் குறைந்த சிறுவர்களுக்குச் சமமாகப் பழகக்கூடாது.

பொருள்தனைப் போற்றி வாழ் 86
சேர்த்த பொருளைப் போற்றிப் பாதுகாத்து வாழவேண்டும்.

போர்த் தொழில் புரியேல் 87
வாழ்க்கையைப் போர்க்களமாக்கிப் போராட வேண்டாம்.

மனம் தடுமாறேல் 88
மனத்தில் கலக்கம் இல்லாமல் எந்தச் செயலையும் செய்யவேண்டும்.

மாற்றானுக்கு இடம் கொடேல் 89
பகைவனுக்கு நம்மைப் பற்றிய செய்திகள் தெரியாமல் பார்த்துக்கொள்ள வேண்டும்.

மிகைபடச் சொல்லேல் 90
தன்னைப்பற்றி இயல்புக்கு மாறாகப் பெருமையாகப் பேசக்கூடாது.

மீதூண் விரும்பேல் 91
உணவினை அளவுக்கு அதிகமாக உண்ண விரும்பக்கூடாது.

முனைமுகத்து நில்லேல் 92
போர் முனையின் முகப்புப் பகுதியில் போய் போர் வீரர் அல்லாதவர்கள் நிற்கக்கூடாது.

மூர்க்கரோடு இணங்கேல் 93
அறிவு இல்லாத மூடர்களோடு சேர்ந்து வாழக்கூடாது.

மெல்லி நல்லாள் தோள் சேர் 94
சொந்த மனைவியுடன் மட்டுமே இல்லறத்தில் ஈடுபட வேண்டும்.

மேன் மக்கள் சொல் கேள் — 95
நல்ல பண்பு நிறைந்தவர்களின் அறிவுரைகளைக் கேட்டு நடக்கவேண்டும்.

மை விழியார் மனை அகல் — 96
பொருள் நோக்குடன் பழகும் பெண்களின் வீட்டுக்குச் செல்லாமல் அங்கிருந்து அகன்றுவிட வேண்டும்.

மொழிவது அற மொழி — 97
சொல்லும் கருத்துகளை ஐயத்திற்கு இடமில்லாமல் தெளிவாக உரைக்க வேண்டும்.

மோகத்தை முனி — 98
எந்தப் பொருளிலும் பேராசை கொள்வதை விட்டுவிட வேண்டும்.

வல்லமை பேசேல் — 99
நமது திறமையை நாமே புகழ்ந்து பேசக்கூடாது.

வாது முற்கூறேல் — 100
யாரிடமும் வலியச் சென்று விவாதம் செய்யக்கூடாது.

வித்தை விரும்பு — 101
கல்வியையும் கலைகளையும் மிகுந்த விருப்பத்துடன் கற்கவேண்டும்.

வீடு பெற நில் — 102
வீடு பேறு அடையும் வழியை அறிந்து வாழ வேண்டும்.

உத்தமனாய் இரு 103

சிறந்த பண்பு கொண்டவனாய் வாழ வேண்டும்.

ஊருடன் கூடி வாழ் 104

ஊர் மக்களுடன் ஒற்றுமையாய்ப் பொருந்தி வாழ வேண்டும்.

வெட்டெனப் பேசேல் 105

யாருக்கும் மன வருத்தத்தை ஏற்படுத்தும் கொடுஞ்சொற்களைப் பேசக்கூடாது.

வேண்டி வினை செயேல் 106

நமது மனம் அறிந்து யாருக்கும் தீமை செய்யக்கூடாது.

வைகறைத் துயில் எழு 107

அதிகாலையில் தூக்கத்திலிருந்து விழித்து எழ வேண்டும்.

ஒன்னாரைத் தேறேல் 108

பகைவர்களை நம் பக்கத்தில் சேர்த்துக்கொண்டு அவர்களை நம்பி இருக்கக்கூடாது.

ஓரம் சொல்லேல் 109

எந்தக் கருத்தையும் ஆராய்ந்து அறியாமல் ஒரு பக்கமாகப் பேசக்கூடாது.

கொன்றை வேந்தன்

கடவுள் வாழ்த்து

கொன்றை வேந்தன் செல்வன் அடி இணை என்றும் ஏத்தித் தொழுவோம் யாமே.

கொன்றை மாலையைச் சூடியவன் சிவன். அவனது மகனான விநாயகப் பெருமானின் திருப்பாதங்கள் இரண்டையும் எப்போதும் போற்றி நாம் வணங்குவோம்.

அன்னையும் பிதாவும் முன்னறி தெய்வம் 1

தாயும் தந்தையும் நமது கண்ணுக்கு முன்னால் தோன்றும் தெய்வங்கள்.

ஆலயம் தொழுவது சாலவும் நன்று 2

ஆலயத்திற்குப் போய் இறைவனை வணங்குவதால் மிகவும் நன்மை கிடைக்கும்.

இல்லறம் அல்லது நல்லறம் அன்று 3

இல்லற வாழ்க்கையைவிடச் சிறந்த அற வாழ்க்கை வேறு எதுவும் கிடையாது.

ஈயார் தேட்டை தீயார் கொள்வர் 4

பிறருக்குக் கொடுக்காமல் சேர்த்து வைப்பவர்களின் பொருளானது தீயவர்களால் கைப்பற்றப்படும்.

உண்டி சுருங்குதல் பெண்டிர்க்கு அழகு 5
அளவாக உணவு உண்டால் பெண்களுக்கு அழகு கூடும்.

ஊருடன் பகைக்கின் வேருடன் கெடும் 6
ஊரில் உள்ளோர் அனைவருடனும் பகைத்துக் கொண்டால் அந்தக் குடும்பம் அழிந்துவிடும்.

எண்ணும் எழுத்தும் கண் எனத் தகும் 7
கணிதமும் இலக்கியமும் இரு கண்களைப்போல் போற்றிக் கற்கத்தக்கவை ஆகும்.

ஏவா மக்கள் மூவா மருந்து 8
ஒரு வேலையைச் செய்யச் சொல்லுவதற்கு முன்பே குறிப்பறிந்து செய்யும் குழந்தைகளை ஒருவர் பெற்றிருந்தால் அவர் சாவா மருந்தாகிய அமுதத்தைப் பெற்றவர் ஆவார்.

ஐயம் புகினும் செய்வன செய் 9
பிச்சை எடுத்து வாழும் நிலையில் இருந்தாலும் பிறருக்குச் செய்யவேண்டிய கடமைகளைத் தவறாமல் செய்துவிட வேண்டும்.

ஒருவனைப் பற்றி ஓர் அகத்து இரு 10
ஒருவனைக் கணவனாகத் தேர்ந்தெடுத்து அவனுடன் மட்டுமே இல்லற வாழ்க்கை நடத்துவது பெண்களின் கடமை.

ஓதலின் நன்றே வேதியர்க்கு ஒழுக்கம் 11

வேதம் ஓதும் தொழிலைச் செய்பவர்களுக்கு அந்த வேதம் ஓதும் தொழிலை விடவும் நல்ல பண்புகளைப் பின்பற்றி வாழ்வது சிறந்தது.

ஔவியம் பேசுதல் ஆக்கத்திற்கு அழிவு 12

பொறாமை கொண்டு புறம்பேசுவது நமது செல்வத்தை அழித்துவிடும்.

அஃகமும் காசும் சிக்கெனத் தேடு 13

நாம் சிக்கனமாக வாழ்ந்து உணவுப் பொருளையும் பணத்தையும் சேமிக்க வேண்டும்.

கற்பு எனப்படுவது சொல் திறம்பாமை 14

கற்பு என்று சொல்லப்படுவது, கணவனின் எண்ணத்தை அறிந்து அவனது சொல்லுக்கு அடங்கி நடப்பது.

காவல் தானே பாவையர்க்கு அழகு 15

கற்பு நெறி தவறாமல் பெண்கள் தங்களைக் காத்துக்கொள்வதே பெண்களுக்கு அழகு.

கிட்டாதாயின் வெட்டென மற 16

விரும்பிய பொருள் கிடைக்காவிட்டால் அந்தப் பொருளைப் பற்றி நினைக்காமல் மறந்துவிட வேண்டும்.

கீழோர் ஆயினும் தாழ உரை 17

நம்மை விடவும் வயதில் குறைந்தவர்களாக இருந்தாலும் அவர்களிடமும் நாம் பணிவாகப் பேச வேண்டும்.

குற்றம் பார்க்கின் சுற்றம் இல்லை 18

நமது உறவினர்கள் செய்த குற்றத்தை நினைத்துக் கொண்டிருந்தால் அவர்களுடன் உறவு பாராட்ட இயலாது. எனவே பிறர் செய்த குற்றத்தை மறந்துவிட வேண்டும்.

கூர் அம்பு ஆயினும் வீரியம் பேசேல் 19

நம்மிடம் மிகவும் கூர்மையான ஆயுதம் இருந்தாலும் தேவையில்லாமல் நமது வீரத்தைப் புகழ்ந்து பேசக்கூடாது. வம்புச் சண்டைக்குப் போகக்கூடாது.

கெடுவது செய்யின் விடுவது கருமம் 20

ஒருவர் நமக்குத் தீமை செய்தாலும் நாம் அவருக்குத் தீமை செய்யாமல் இருப்பதே சிறந்த செயல்.

கேட்டில் உறுதி கூட்டும் உடைமை 21

துன்பம் ஏற்படும்போதும் உறுதியுடன் செயல்பட்டால் செல்வம் சேரும்.

கைப் பொருள் தன்னில் மெய்ப் பொருள் கல்வி 22

நாம் சேர்த்து வைத்திருக்கும் செல்வத்தை விடவும் சிறந்த பொருள் கல்வி.

கொற்றவன் அறிதல் உற்ற இடத்து உதவி 23

குடிமக்களுக்குத் துன்பம் ஏற்பட்டால் அதை அறிந்து உடனே அதைப் போக்குதல் மன்னனின் கடமை.

கோள் செவிக் குறளை காற்றுடன் நெருப்பு 24

பிறரைப் பற்றிய தவறான செய்திகளைக் கேட்க விரும்புவோரின் காதில், மேலும்மேலும் கோள்

சொல்லுதல் என்பது காற்றும் நெருப்பும் கலந்தால் பெருநெருப்பு உருவாவது போல் ஆகும்.

கௌவை சொல்லின் எவ்வருக்கும் பகை **25**

பிறரைப் பற்றிப் பழிச்சொற்களைச் சொல்பவன் எல்லோருக்கும் பகைவன் ஆவான்.

சந்ததிக்கு அழகு வந்தி செய்யாமை **26**

பரம்பரை தொடர வேண்டும் என்றால் குழந்தைச் செல்வம் வேண்டும். அந்தக் குழந்தைகள் முரண்டு பிடிக்காதவர்களாக இருக்க வேண்டும்.

சான்றோர் என்கை ஈன்றோட்கு அழகு **27**

பெற்ற குழந்தைகளைச் சான்றோர் என்று மற்றோர் போற்றுவதைக் கேட்பதே தாய்க்கு அழகு.

சிவத்தைப் பேணல் தவத்திற்கு அழகு **28**

சிவபெருமானைப் போற்றுதலே தவம் செய்வதற்கு அழகு.

சீரைத் தேடின் ஏரைத் தேடு **29**

யாருக்கும் தலை வணங்காமல் சிறப்பாக வாழ வேண்டும் என்றால் ஏர்த்தொழிலை விரும்பிச் செய்யவேண்டும்.

சுற்றத்திற்கு அழகு சூழ இருத்தல் **30**

நன்மையிலும் தீமையிலும் இணைந்து இருத்தலே உறவினர்க்கு அழகு.

சூதும் வாதும் வேதனை செய்யும் **31**

சூதாட்டமும் விவாதமும் எப்போதும் தீமையைத் தரும்.

செய்தவம் மறந்தால் கைதவம் மாளும் 32
தவம் செய்பவன் அந்தத் தவ ஒழுக்கத்தை நிறுத்திவிட்டால் அவன் தவத்தால் பெற்ற ஆற்றல் அழிந்துவிடும்.

சேமம் புகினும் யாமத்து உறங்கு 33
இரவுக் காவல் பணிக்குச் சென்றால்கூட நள்ளிரவில் தூங்க வேண்டும்.

சை ஒத்து இருந்தால் ஐயம் இட்டு உண் 34
நம்மிடம் வழங்குவதற்குப் பொருள் இருந்தால் பிறருக்கு வழங்கிய பிறகு உண்ண வேண்டும்.

சொக்கர் என்பவர் அத்தம் பெறுவர் 35
எதிலும் ஈடுபாடு கொண்டு செயல்படுபவர் அந்த ஈடுபாட்டினால் பலனை அடைவர்.

சோம்பர் என்பவர் தேம்பித் திரிவர் 36
விடாமுயற்சியுடன் உழைக்காதவர்கள் வறுமையால் துன்பம் அடைவர்.

தந்தை சொல் மிக்க மந்திரம் இல்லை 37
தந்தையார் கூறும் அறிவுரையை விடவும் சிறந்த மந்திரம் எதுவும் கிடையாது.

தாயிற் சிறந்து ஒரு கோயிலும் இல்லை 38
தாயை விடவும் சிறப்புடைய கோவில் எதுவும் கிடையாது.

திரை கடல் ஓடியும் திரவியம் தேடு 39
கடல் கடந்து சென்றாவது செல்வத்தைச் சேர்க்க வேண்டும்.

தீராக் கோபம் போராய் முடியும்   40
நாம் கொண்ட கோபம் தீராமல் தொடர்ந்தால் அது பெரும் போராக முடிந்துவிடும்.

துடியாப் பெண்டிர் மடியில் நெருப்பு   41
கணவனுக்குத் துன்பம் ஏற்பட்டபோது பதைபதைக்காத பெண்கள் (அன்பும் பாசமும் இல்லாத பெண்கள்) மடியில் கட்டிய நெருப்பைப் போன்று துன்பமானவர்கள்.

தூற்றும் பெண்டிர் கூற்று எனத் தகும்   42
பிறரைப் பற்றி அவதூறாகப் பேசும் பெண்கள் எமனைப் போன்று அழிப்பவர்கள்.

தெய்வம் சீறின் கைதவம் மாளும்   43
தெய்வத்தின் கோபத்திற்கு ஆளானால் நாம் பெற்ற தவம் அனைத்தும் அழிந்து போகும்.

தேடாது அழிக்கின் பாடாய் முடியும்   44
முயற்சி செய்து பொருள் சேர்க்காமல் பெற்றோர் சேர்த்து வைத்த பொருளை அழித்தால் இறுதியில் துன்பம் ஏற்படும்.

தையும் மாசியும் வை அகத்து உறங்கு   45
தை மாதமும் மாசி மாதமும் வைக்கோல் கூரை போர்த்த வீட்டில் உறங்க வேண்டும்.

தொழுது ஊண் சுவையின் உழுது ஊண் இனிது   46
பிறருக்கு வணக்கம் செலுத்தி, சுவை மிகுந்த உணவை உண்பதைவிடவும் உழுது பயிர் செய்து சிறிதளவு உணவு உண்பதே இனிமையானது.

தோழனோடும் ஏழைமை பேசேல் — 47
நெருங்கிய நண்பனிடம் கூட நமது ஏழ்மை நிலையைத் தெரிவிக்கக் கூடாது.

நல் இணக்கம் அல்லது அல்லல் படுத்தும் — 48
நல்லவர்களுடன் நட்புக்கொள்ளவில்லை என்றால் துன்பம் ஏற்படும்.

நாடு எங்கும் வாழக் கேடு ஒன்றும் இல்லை — 49
நாட்டில் உள்ள எல்லோரும் இன்பமாய் வாழ்ந்தால் எவருக்கும் கேடு ஏற்படாது.

நிற்கக் கற்றல் சொல் திறம்பாமை — 50
கற்ற நல்லொழுக்கத்தின்படி வாழ்க்கை நடத்துபவர் சொன்ன சொல் தவற மாட்டார்.

நீர் அகம் பொருந்திய ஊர் அகத்து இரு — 51
எந்த ஊரில் தண்ணீர் வசதி உள்ளதோ அந்த ஊரில் வாழ்.

நுண்ணிய கருமமும் எண்ணித் துணி — 52
மிகச்சிறிய செயல் என்றாலும் நன்கு திட்டமிட்டுச் செய்ய வேண்டும்.

நூல் முறை தெரிந்து சீலத்து ஒழுகு — 53
அறநூல்கள் தெரிவிக்கும் அறக்கருத்துகளை அறிந்து நல்ல பண்புடன் வாழ வேண்டும்.

நெஞ்சை ஒளித்து ஒரு வஞ்சகம் இல்லை — 54
நம் மனத்திற்குத் தெரியாமல் எந்த வஞ்சகச் செயலையும் நம்மால் செய்ய இயலாது.

நேரா நோன்பு சீர் ஆகாது 55
மனத்தில் விருப்பம் இல்லாமல் செய்யும் நோன்பால் எந்தச் சிறப்பும் கிடையாது.

நைபவர் எனினும் நொய்ய உரையேல் 56
வறுமையில் வாடுபவராக இருந்தாலும் அவரிடமும் மனம் வருந்தும் வகையிலான சொற்களைச் சொல்லக்கூடாது.

நொய்யவர் என்பவர் வெய்யவர் ஆவர் 57
இன்று வறுமையில் வாடுபவர் நாளைக்குச் செல்வ நிலையில் உயர்ந்தவர் ஆக வாய்ப்பு உண்டு.

நோன்பு என்பது கொன்று தின்னாமை 58
பிற உயிர்களைக் கொன்று தின்னாமல் இருப்பதே நோன்பு ஆகும்.

பண்ணிய பயிரில் புண்ணியம் தெரியும் 59
நாம் பயிரிட்ட பயிர் நன்கு விளைந்தால் நாம் நல்ல செயல்களைச் செய்து வருகிறோம் என்று அறிந்து கொள்ளலாம்.

பாலோடு ஆயினும் காலம் அறிந்து உண் 60
பாலுடன் சமைத்த சுவை மிகுந்த உணவுப்பொருள் என்றாலும் உண்ணும் காலத்தை அறிந்து அதற்கேற்பவே உண்ணுதல் வேண்டும்.

பிறன் மனை புகாமை அறம் எனத் தகும் 61
பிறரது மனைவியின் மேல் ஆசை கொண்டு அவர்களின் வீட்டிற்குச் செல்லாமல் இருப்பது சிறந்த அறம்.

பீரம் பேணில் பாரம் தாங்கும் 62

உடல்நலத்தை நன்கு பேணினால் மட்டுமே குடும்பப் பாரத்தைத் தாங்க இயலும்.

புலையும் கொலையும் களவும் தவிர் 63

மாமிசம் உண்ணுதல், உயிர்க்கொலை புரிதல், பிறர் பொருளைத் திருடுதல் என்னும் மூவகை இழிந்த செயலையும் செய்யக்கூடாது.

பூரியோர்க்கு இல்லை சீரிய ஒழுக்கம் 64

இழிந்த குணம் கொண்டவர்களிடம் நல்ல ஒழுக்கம் இருக்காது.

பெற்றோர்க்கு இல்லை சுற்றமும் சினமும் 65

பற்றற்ற நிலையைப் பெற்றவர்களுக்கு உறவினர்களைப் பற்றிய எண்ணமும் கோபமும் வராது.

பேதைமை என்பது மாதர்க்கு அணிகலம் 66

அறிந்திருந்தும் அறியாதவர்போல் அமைதியாக இருப்பது பெண்களுக்கு அணிகலன் ஆகும்.

பையச் சென்றால் வையம் தாங்கும் 67

பரபரப்பு இல்லாமல் நிதானமாக முயன்றால் வையகத்தை ஆளக்கூடிய பெரிய வெற்றியைக்கூட அடைய முடியும்.

பொல்லாங்கு என்பது எல்லாம் தவிர் 68

தீமையான செயல்கள் அனைத்தையும் அகற்றிவிட வேண்டும்.

போனகம் என்பது தான் உழந்து உண்டல் 69
நம்முடைய உழைப்பால் நாம் உண்பதே உணவு ஆகும்.

மருந்தே ஆயினும் விருந்தோடு உண் 70
கிடைத்தற்கு அரிய அமுதமே கிடைத்தாலும் விருந்தினருடன் சேர்ந்து உண்ண வேண்டும்.

மாரி அல்லது காரியம் இல்லை 71
மழை பெய்யவில்லை என்றால் இந்த உலகில் எந்தச் செயலும் நடைபெறாது.

மின்னுக்கு எல்லாம் பின்னுக்கு மழை 72
மின்னல் மின்னிய பின்னர் மழை பெய்யும்.

மீகாமன் இல்லா மரக்கலம் ஓடாது 73
மாலுமி இல்லாத கப்பல் ஓடாது.

முற்பகல் செய்யின் பிற்பகல் விளையும் 74
நாம் யாருக்காவது முன்னர் தீமை செய்திருந்தால் அந்தத் தீமையின் பலன் நமக்குப் பின்னர் கிடைக்கும்.

மூத்தோர் சொல் வார்த்தை அமிர்தம் 75
அறிவில் சிறந்த பெரியோர் கூறும் அறிவுரைகள் உயிரைக் காக்கும் அமுதம் போன்றவை.

மெத்தையில் படுத்தல் நித்திரைக்கு அழகு 76
பஞ்சு மெத்தையில் படுத்துத் தூங்கினால் நல்ல தூக்கம் வரும்.

மேழிச் செல்வம் கோழை படாது 77
வேளாண்மையால் நாம் ஈட்டும் செல்வம் குற்றம் அற்ற செல்வம்.

மைவிழியார் தம் மனை அகன்று ஒழுகு 78
கண்காட்டி மயக்கும் பெண்கள் வாழும் வீட்டுப் பக்கம்கூடச் செல்லாமல் வாழ வேண்டும்.

மொழிவது மறுக்கின் அழிவது கருமம் 79
அறிவுடையோர் கூறும் அறிவுரைகளை மறுத்துச் செய்யும் செயல் அழியும்.

மோனம் என்பது ஞான வரம்பு 80
பேசாமல் அமைதியாக இருப்பது என்பது ஞானத்தின் எல்லை ஆகும்.

வளவன் ஆயினும் அளவு அறிந்து அழித்து உண் 81
அளவுக்கு அதிகமாகச் செல்வம் உடையவன் என்றாலும் அளவுக்கு அதிகமாகச் செலவு செய்யக்கூடாது.

வானம் சுருங்கில் தானம் சுருங்கும் 82
மழை பெய்யும் அளவு குறைந்துவிட்டால் விளைச்சல் குறைந்து தானமும் குறைந்துவிடும்.

விருந்து இல்லோர்க்கு இல்லை பொருந்திய ஒழுக்கம் 83
விருந்தினரைப் போற்றும் பண்பு இல்லாதவர்களுக்கு இல்லற வாழ்க்கையானது சிறப்பாக அமையாது.

வீரன் கேண்மை கூர் அம்பாகும் 84
வீரனிடம் நாம் வைத்திருக்கும் நட்பானது நமது கையில் கூர் அம்பு இருப்பதற்கு ஒப்பானது ஆகும்.

உரவோர் என்கை இரவாது இருத்தல் **85**

பிச்சை எடுக்க வேண்டிய அளவிற்குத் துன்பம் வந்தபோது கூடப் பிச்சை எடுக்காமல் இருப்பவரே வலிமை உடையவர் ஆவார்.

ஊக்கம் உடைமை ஆக்கத்துக்கு அழகு **86**

செல்வம் சேர்ந்திருக்கும் போதும் தொடர்ந்து உழைத்துக்கொண்டிருப்பதே செல்வத்திற்குச் சிறப்பு.

வெள்ளைக்கு இல்லை கள்ளச் சிந்தை **87**

தூய்மையான உள்ளம் கொண்டவரிடம் எப்போதும் வஞ்சகம் தோன்றாது.

வேந்தன் சீறின் ஆம் துணை இல்லை **88**

வேந்தனின் கோபத்திற்கு ஆட்பட்டவருக்கு யாரும் துணைபுரிய மாட்டார்கள்.

வைகல் தோறும் தெய்வம் தொழு **89**

நாள்தோறும் இறைவனை வணங்கினால் நம்மிடம் பணிவு ஏற்படும்.

ஒத்த இடத்து நித்திரை கொள் **90**

மனத்திற்குப் பொருந்தும் மனிதர்கள் இருக்கும் இடத்தில் உறங்க வேண்டும்.

ஓதாதவர்க்கு இல்லை உணர்வொடு ஒழுக்கம் **91**

நல்ல அறநூல்களைக் கற்காதவர்களுக்கு நல்ல ஒழுக்கமான வாழ்வினை வாழத்தெரியாது.

வாக்குண்டாம்
(மூதுரை)

கடவுள் வாழ்த்து

வாக்குண்டாம் நல்ல மனம் உண்டாம் மாமலராள்
நோக்கு உண்டாம் மேனி நுடங்காது – பூக்கொண்டு
துப்பார் திருமேனித் தும்பிக்கையான் பாதம்
தப்பாமல் சார்வார் தமக்கு.

சிவந்த மேனியையும் தும்பிக்கையையும் கொண்டவன் விநாயகப் பெருமான். அந்த விநாயகப் பெருமானின் திருப்பாதங்களை நாள்தோறும் பூக்களால் பூசை செய்பவர்களுக்கு சொல் திறம் உண்டாகும்; மனத்தில் நல்ல எண்ணங்கள் உருவாகும்; தாமரை மலரில் இருக்கும் திருமகளின் அருளால் செல்வம் பெருகும்; எந்த நோயும் நெருங்காது.

பயன் கருதாமல் உதவ வேண்டும்

நன்றி ஒருவர்க்குச் செய்தக்கால் அந் நன்றி
என்று தரும் கொல்? என வேண்டா – நின்று
தளரா வளர் தெங்கு தாள் உண்ட நீரைத்
தலையாலே தான் தருதலால்.   1

ஒருவருக்கு ஓர் உதவியைச் செய்துவிட்டு அந்த உதவிக்குப் பதில் உதவியை எதிர்பார்த்து இருக்கக் கூடாது. தென்னைமரத்திற்கு நீர் பாய்ச்சினால் அது இளநீராக நமக்குத் தரும். அதைப்போல் நல்லவர்களுக்கு நாம் உதவி செய்தால் அவர்கள் நமக்கு நன்மை செய்வார்கள்.

நல்லவர்க்கு உதவ வேண்டும்

நல்லார் ஒருவர்க்குச் செய்த உபகாரம்
கல்மேல் எழுத்துப் போல் காணுமே - அல்லாத
ஈரமிலா நெஞ்சத்தார்க்கு ஈந்த உபகாரம்
நீர் மேல் எழுத்துக்கு நேர். 2

நல்லவர்க்கு ஓர் உதவி செய்தால் அது கல்லில் எழுதப்பட்ட எழுத்துப்போல் நிலைத்து நிற்கும். நன்றியை நினைத்துப் பார்க்கும் எண்ணம் இல்லாதவர்க்கு நாம் செய்த உதவியானது நீர் மேல் எழுதிய எழுத்துப்போல் காணாமல் மறைந்துவிடும்.

கணவனுடன் இல்லறம்

இன்னா இளமை வறுமை வந்து எய்தியக் கால்
இன்னா அளவில் இனியவும் – இன்னாத
நாள் அல்லா நாள் பூத்த நன் மலரும் போலுமே
ஆள் இல்லா மங்கைக்கு அழகு. 3

இளமைக் காலத்தில் வறுமை வருவது மிகுந்த துன்பத்தைக் கொடுக்கும். அளவுக்கு அதிகமான செல்வம் வந்து சேர்வதும் துன்பத்தைக் கொடுக்கும். தேவை இல்லாத காலத்தில் பூத்த மலர் எவ்வாறு பயன் இல்லாமல் வாடிப் போகுமோ அதைப்போல, கணவன் இல்லாத பெண்ணின் அழகும் பயன் அற்றுப் போகும்.

மேன்மக்கள்

அட்டாலும் பால் சுவையில் குன்றாது அளவளாய்
நட்டாலும் நண்பு அல்லார் நண்பு அல்லர்
கெட்டாலும் மேன்மக்கள் மேன்மக்களே சங்கு
சுட்டாலும் வெண்மை தரும். 4

பாலை அடுப்பில் வைத்து எவ்வளவு காய்ச்சினாலும் அதன் சுவை குறையாமல் கூடும். சங்கினை எவ்வளவுதான் நெருப்பில் போட்டுச் சுட்டாலும் அதன் வெண்மை குறையாமல் கூடும். அதைப்போல, பண்புடையவர்கள் எவ்வளவு வறுமை நிலை அடைந்தாலும் தங்கள் உயர்ந்த பண்பிலிருந்து மாற மாட்டார்கள். நல்லவர் அல்லாதவரிடம் எவ்வளவுதான் நட்புக்கொண்டாலும் அவர்கள் நண்பர்கள் ஆக மாட்டார்கள்.

நேரம் வந்தால் நடக்கும்

அடுத்து முயன்றாலும் ஆகும் நாள் அன்றி
எடுத்த கருமங்கள் ஆகா – தொடுத்த
உருவத்தால் நீண்ட உயர்மரங்கள் எல்லாம்
பருவத்தால் அன்றிப் பழா. 5

எவ்வளவு உயர்ந்து வளர்ந்த மரமாக இருந்தாலும் பழுக்க வேண்டிய பருவத்தில்தான் பழம் பழுக்கும். அதைப்போல, அடுத்தடுத்துத் தொடர்ந்து எவ்வளவுதான் முயற்சி செய்தாலும் ஆகும் நேரம் வந்தால்தான் செயல்கள் நடக்கும்.

பகைவரை எதிர்

உற்ற இடத்தில் உயிர் வழங்கும் தன்மையோர்
பற்றலரைக் கண்டால் பணிவரோ? – கல்தூண்
பிளந்து இறுவது அல்லால் பெரும் பாரம் தாங்கின்
தளர்ந்து வளையுமோ தான்? 6

மண்டபத்தைத் தாங்கி நிற்கும் கல்தூண் பாரம் தாங்காமல் உடைந்துவிழுமே அல்லாமல் வளைந்து கொடுத்து நிற்காது. அதைப்போல, நல்ல வீரப்

பண்பு உடையவர்கள், போரில் உயிரைவிடத் தயங்காத உள்ளம் கொண்டவர்கள். அவர்கள் பகைவர்களிடம் பணிந்து போக மாட்டார்கள்; துணிந்து எதிர்த்து நிற்பார்கள்.

குலமும் குணமும்

நீர் அளவே ஆகுமாம் நீர் ஆம்பல்; தான் கற்ற நூல் அளவே ஆகுமாம் நுண் அறிவு – மேலைத் தவத்து அளவே ஆகுமாம் தான் பெற்ற செல்வம் குலத்து அளவே ஆகும் குணம். 7

குளத்தில் உள்ள தண்ணீரின் அளவிற்கு ஏற்றாற்போல் அல்லித்தண்டு வளரும். கற்றறிந்த நூலின் அளவிற்கு ஏற்ப அறிவு அமையும். நாம் முயன்று உழைத்த உழைப்பிற்கு ஏற்பவே செல்வம் சேரும். ஒருவன் பிறந்த குலத்திற்கு ஏற்பவே நல்ல குணம் அமையும்.

நல்லோர் தொடர்பு

நல்லாரைக் காண்பதுவும் நன்றே; நலம்மிக்க நல்லார் சொல் கேட்பதுவும் நன்றே – நல்லார் குணங்கள் உரைப்பதுவும் நன்றே; அவரோடு இணங்கி இருப்பதுவும் நன்று. 8

நல்லவர்களை நாள்தோறும் பார்த்தால் நன்மை கிடைக்கும். நல்லவர்களின் அறிவுரைகளை நாள்தோறும் கேட்டு வந்தால் நன்மை கிடைக்கும். நல்லவர்களின் சிறந்த பண்பினைப்பற்றி எடுத்துக் கூறினாலும் நன்மை கிடைக்கும். நல்லவர்களுடன் சேர்ந்து வாழ்ந்தாலும் நன்மை கிடைக்கும்.

தீயோர் தொடர்பு

**தீயாரைக் காண்பதுவும் தீதே; திரு அற்ற
தீயார் சொல் கேட்பதுவும் தீதே – தீயார்
குணங்கள் உரைப்பதுவும் தீதே; அவரோடு
இணங்கி இருப்பதுவும் தீது.** 9

தீயவர்களைப் பார்ப்பதால் தீமை ஏற்படும்.
தீயவர்கள் உரையைக் கேட்பதால் தீமை ஏற்படும்.
தீயவர்களைப் பற்றிப் பேசுவதால் தீமை ஏற்படும்.
தீயவர்களுடன் சேர்ந்து வாழ்ந்தாலும் தீமை
ஏற்படும்.

நெல்லும் புல்லும்

**நெல்லுக்கு இறைத்த நீர் வாய்க்கால் வழி ஓடிப்
புல்லுக்கும் ஆங்கே பொசியுமாம் – தொல் உலகில்
நல்லார் ஒருவர் உளரேல் அவர் பொருட்டு
எல்லார்க்கும் பெய்யும் மழை.** 10

நெல் வயலுக்கு நாம் பாய்ச்சுகின்ற தண்ணீரானது
வாய்க்கால் வழியாக ஓடும்போது, அந்த வாய்க்கால்
ஓரத்தில் வளர்ந்து நிற்கும் புல்லுக்கும் பாய்கிறது.
அதைப்போல இந்த உலகத்தில் வாழும் நல்லவர்
ஒருவர்க்காகப் பெய்யும் மழையானது
எல்லோருக்குமாகப் பெய்கிறது.

துணையுடன் செயல் செய்

**பண்டு முளைப்பது அரிசியே ஆனாலும்
விண்டு உமிபோனால் முளையாதாம் – கொண்டபேர்
ஆற்றல் உடையார்க்கு ஆகாது அளவு இன்றி
ஏற்ற கருமம் செயல்.** 11

நெல், பயிராவதற்குக் காரணமாக இருப்பது நெல்லினுள் இருக்கும் அரிசிதான். இருப்பினும் நெல்லில் உள்ள உமி நீங்கிவிட்டால் அரிசி முளைக்காது. அதைப்போல, எவ்வளவு ஆற்றல் உடையவராக இருந்தாலும் ஒரு செயலைச் செய்வதற்குத் தகுந்த துணையைத் தேடிக்கொள்ள வேண்டும்.

உருவத்தில் இல்லை உயர்வு

மடல் பெரிது தாழை; மகிழ் இனிது கந்தம்
உடல் சிறியர் என்று இருக்க வேண்டா – கடல் பெரிது
மண்ணீரும் ஆகாது; அதன் அருகே சிற்றூறல்
உண்ணீரும் ஆகி விடும். 12

தாழம்பூவின் மடல் பெரிது. மகிழம்பூ மிகவும் சிறியது. இருப்பினும் மகிழம் பூவே மணம் நிறைந்தது. கடல் மிகப் பெரியது. ஆனால், அந்தக் கடல் நீரால் நமது உடலில் உள்ள அழுக்கை அகற்ற இயலாது. ஆனால், கடற்கரையில் தோண்டி எடுக்கும் ஊற்று நீர் சிறந்த குடிநீராக அமைந்துவிடுகிறது. எனவே பெரியவர், சிறியவர் என்று பார்க்காமல் அனைவரையும் போற்றுதல் வேண்டும்.

கல்லாதவனே மரம்

கவையாகிக் கொம்பாகிக் காட்டகத்தே நிற்கும்
அவையல்ல நல்ல மரங்கள் – சபை நடுவே
நீட்டு ஓலை வாசியா நின்றான் குறிப்பு அறிய
மாட்டாதவன் நன் மரம். 13

காட்டில் உள்ள மரமானது கிளைகளையும் கொம்புகளையும் உடையதாக இருக்கும். அது மரம்

அல்ல. அறிஞர்கள் கூடியுள்ள அவையில் படிப்பதற்கு வழங்கப்பட்ட சுவடியைப் படிக்க இயலாமல் நிற்கிறவனும் பிறரது குறிப்பை அறிந்துகொள்ள இயலாதவனும்தான் மரம் போன்றவர்கள்.

கல்லாதவன் கவி

கான மயில் ஆடக் கண்டிருந்த வான் கோழி
தானும் அதுவாகப் பாவித்து – தானும் தன்
பொல்லாச் சிறகை விரித்து ஆடினால் போலுமே
கல்லாதான் கற்ற கவி. 14

காட்டில் மயில் தனது தோகையை விரித்து ஆடுவதைப் பார்த்த வான் கோழி, தனது அழகு இல்லாத சிறகை விரித்து ஆடினால் அழகாக இருக்காது. அதைப்போல, கல்வி அறிவு பெற்றவன் எழுதும் கவிதையைப் பார்த்து, கவிதை அறிவு இல்லாதவன் எழுதுவதும் அழகில்லாமல் போகும்.

தக்கோருக்கு உதவு

வேங்கை வரிப்புலி நோய் தீர்த்த விடகாரி
ஆங்கு அதனுக்கு ஆகாரம் ஆனால்போல் – பாங்கு அறியாப்
புல் அறிவாளருக்குச் செய்த உபகாரம்
கல்லின் மேல் இட்ட கலம். 15

வரிப்புலியைப் பாம்பு கடித்துவிட்டது. அதனால் அது மயங்கிக் கிடந்தது. மயங்கிக் கிடந்த அந்தப் புலிக்கு மருத்துவம் செய்த விஷமுறிவு மருத்துவனை, மயக்கம் தீர்ந்ததும் அந்தப் புலி அடித்துக் கொன்று தின்றுவிடும். அதைப்போல நன்மையை அறியாத அறிவற்றவருக்குச் செய்யும் உதவியானது தீமையைத் தரும். மேலும், அது கல்லின்மேல் போட்ட

மண்பாத்திரம் எவ்வாறு உடைந்து பயனற்றுப் போய்விடுமோ அவ்வாறு பயன் இல்லாமல் போய்விடும்.

அறிவும் அடக்கமும்

அடக்கம் உடையார் அறிவிலார் என்று எண்ணிக்
கடக்கக் கருதவும் வேண்டா – மடைத் தலையில்
ஓடுமீன் ஓட உறுமீன் வரும் அளவும்
வாடி இருக்குமாம் கொக்கு. 16

வயலுக்கு நீர் பாயும் வாய்க்கால் மடைப்பகுதியில் சிறிய மீன்கள் போகும்போதெல்லாம் கொக்கானது சோர்வாக இருப்பதுபோல் இருக்கும். பெரிய மீன் வரும்போது அது விரைந்து கொத்தி அந்த மீனைப் பிடித்துவிடும். அதைப்போல கற்றறிந்த சான்றோர் அடக்கமாக இருப்பதைப் பார்த்து அவர்களை அறிவில்லாதவர்கள் என நாம் அலட்சியம் செய்யக்கூடாது.

துன்பத்திலும் உறவு

அற்ற குளத்தில் அறுநீர்ப் பறவைபோல்
உற்றுழித் தீர்வார் உறவு அல்லர்; அக்குளத்தில்
கொட்டியும் ஆம்பலும் நெய்தலும் போலவே
ஒட்டி உறுவார் உறவு. 17

நீர் அற்ற குளத்தைவிட்டுப் பறவைகள் நீங்கிவிடும். ஆனால் கொட்டி, அல்லி போன்ற நீர்த்தாவரங்கள் அங்கேயே காய்ந்து தங்கிவிடும். அதைப்போல நமக்கு வறுமை ஏற்பட்ட வேளையில் நம்மைவிட்டு நீங்குபவர் உறவினர் ஆக மாட்டார். வறுமைக் காலத்திலும் நம்முடன் சேர்ந்து வாழ்பவரே உறவினர் ஆவார்.

பண்பாளரின் வறுமை

சீரியர் கெட்டாலும் சீரியரே; சீரியர் மற்று
அல்லாதார் கெட்டால் அங்கு என்னாகும்? – சீரிய
பொன்னின் குடம் உடைந்தால் பொன்னாகும்; என் ஆகும்
மண்ணின் குடம் உடைந்தக் கால்? 18

பொன்னால் செய்யப்பட்ட குடம் உடைந்தால் அந்தப் பொன் பயன் உடையதாகவே இருக்கும். மண்ணால் செய்யப்பட்ட குடம் உடைந்தால் பயன் இல்லாமல் போய்விடும். அதைப்போல, சிறந்த பண்பாளர் வறுமை நிலை அடைந்தாலும் தனது நற்பண்பிலிருந்து மாற மாட்டார். சிறந்த பண்பு இல்லாதவர் வறுமை நிலை அடைந்தால் அவர்கள் மேலும் பண்பு இல்லாதவர்கள் ஆகி விடுவார்கள்.

விதியின் பயன்

ஆழ அமுக்கி முகக்கினும் ஆழ்கடல் நீர்
நாழி முகவாது நானாழி – தோழி
நிதியும் கணவனும் நேர் படினும் தம்தம்
விதியின் பயனே பயன். 19

கடலில் நீர் மிகுதியாக இருக்கிறது. அந்தக் கடலில் ஒரு படியைக் கொண்டு தண்ணீரை முகந்தால் ஒரு படிதான் முகந்து கொள்ளமுடியும். தண்ணீரை அமுக்கி நான்கு படியாக அளக்க இயலாது. அதைப்போல, செல்வமும் கணவனும் சிறப்பாக அமைந்தாலும் வாழ்க்கையானது விதிப்படிதான் அமையும்.

உடன் பிறந்தே கொல்லும் நோய்

உடன் பிறந்தார் சுற்றத்தார் என்று இருக்கவேண்டா
உடன் பிறந்தே கொல்லும் வியாதி – உடன் பிறவா
மாமலையில் உள்ள மருந்தே பிணி தீர்க்கும்
அம் மருந்து போல்வாரும் உண்டு. 20

நம்முடைய உடலில் தோன்றும் நோய் நம்மையே கொன்றுவிடும். அந்த நோயைத் தீர்ப்பதற்கு உரிய மருந்து மலையின் உச்சியிலிருந்து கிடைக்கும். அதைப்போல நமக்கு உறவினராக இருப்பவர் நம்மை அழிப்பவராகவும் இருப்பார். நமக்கு உறவினர் அல்லாமல் தொலைவில் இருப்பவர் நமக்கு உதவுபவராகவும் இருப்பார்.

இல்லாளின் பண்பு

இல்லாள் அகத்து இருக்க இல்லாதது ஒன்று இல்லை
இல்லாளும் இல்லாளே ஆமாயின் – இல்லாள்
வலி கிடந்த மாற்றம் உரைக்குமேல் அவ்இல்
புலி கிடந்த தூறாய் விடும். 21

அன்பும் பண்பும் நிறைந்த பெண், மனைவியாக இருந்தால் அந்த வீட்டில் இல்லாத செல்வம் எதுவும் இல்லை. அவ்வாறு இல்லாமல் கொடுமை நிறைந்த பெண், மனைவியாக இருந்தால் அந்த வீடு, புலி தங்கிய குகை போல் கொடுமையானது ஆகிவிடும்.

முன்வினைப் பயன்

எழுதியவாறே காண் இரங்கு மட நெஞ்சே!
கருதியவாறு ஆமோ கருமம்? – கருதிப் போய்க்
கற்பகத்தைச் சேர்ந்தோர்க்குக் காஞ்சிரங்காய் ஈந்ததேல்
முற்பவத்தில் செய்த வினை. 22

கற்பகமரம் கேட்டவர்க்குக் கேட்டதைக் கொடுக்கும் இயல்பு கொண்டது. அத்தகைய கற்பகமரத்தை அடைந்தவர்க்குக் காஞ்சிரங்காயை அது கொடுத்தால் அது விதியின் பயன் ஆகும். எனவே அவரவர் விதிப்படி தான் எதுவும் நடக்கும்; நாம் நினைப்பதுபோல் எதுவும் நடக்காது.

சான்றோர் சினம்

கல் பிளவோடு ஒப்பர் கயவர்; கடும் சினத்துப்
பொன் பிளவோடு ஒப்பாரும் போல்வாரே – வில்பிடித்து
நீர் கிழிய எய்த வடுப் போல மாறுமே
சீர் ஒழுகு சான்றோர் சினம். 23

கல் உடைந்தால் அதனை மீண்டும் ஒட்ட முடியாது. அதுபோல் தீயவர்களைவிட்டுப் பிரிந்தால் மீண்டும் சேர முடியாது. பொன் உடைந்தால் அதனை மீண்டும் ஒட்டிவிடலாம். அதைப்போல் நல்லவர்களிடையே பிரிவு ஏற்பட்டால் மீண்டும் சேர்ந்துவிடுவார்கள். தண்ணீரில் அம்பினால் கிழித்தால் வடு எதுவும் தோன்றாது. அதைப்போல, சான்றோர் கொண்ட சினம் உடனே மறைந்துவிடும்.

கற்றவரைக் கற்றவரே விரும்புவர்

நற்றாமரைக் கயத்தில் நல் அன்னம் சேர்ந்தாற்போல்
கற்றாரைக் கற்றாரே காமுறுவர் – கற்பிலா
மூர்க்கரை மூர்க்கர் முகப்பர் முதுகாட்டில்
காக்கை உகக்கும் பிணம். 24

தாமரைப் பூக்கள் நிறைந்த குளத்தில் அன்னம் இருப்பதைப்போல் கல்வி அறிவில் சிறந்தவர்களுடன் கல்வி அறிவுடையோர் விரும்பிச் சேர்வார்கள்.

சுடுகாட்டில் பிணத்தை விரும்பும் காக்கையைப் போல, கல்வி அறிவு இல்லாத மூடரை மூடர்களே விரும்பிச் சேர்வார்கள்.

கள்ளம் இல்லாதவர்கள்

நஞ்சு உடைமை தான் அறிந்து நாகம் கரந்து உறையும்
அஞ்சாப் புறம் கிடக்கும் நீர்ப் பாம்பு – நெஞ்சில்
கரவுடையார் தம்மைக் கரப்பர் கரவார்
கரவிலா நெஞ்சத் தவர். 25

கொடிய நஞ்சு கொண்ட நல்ல பாம்பானது தன்னை மறைத்துக்கொள்ளும். அதைப்போல உள்ளத்தில் தீமை உடையவர்கள் மறைவாக வாழ்வார்கள். தண்ணீர்ப் பாம்பு நஞ்சு இல்லாதது. அது சாதாரணமாக எல்லா இடங்களிலும் காணப்படும். அதைப்போல உள்ளத்தில் கள்ளம் இல்லாதவர்கள் தங்களை மறைத்துக்கொள்ள மாட்டார்கள்.

கற்றோரின் சிறப்பு

மன்னனும் மாசு அறக் கற்றோனும் சீர் தூக்கின்
மன்னனில் கற்றோன் சிறப்பு உடையன் – மன்னர்க்குத்
தன் தேசம் அல்லால் சிறப்பு இல்லை கற்றோர்க்குச்
சென்ற இடம் எல்லாம் சிறப்பு. 26

மன்னனையும் கல்வி அறிவு உடையவனையும் ஒப்பிட்டுப் பார்த்தால் மன்னனை விடவும் கல்வி அறிவு பெற்றவனே சிறந்தவன். மன்னனுக்கு அவனது நாட்டில் மட்டுமே சிறப்பு உண்டு. ஆனால் கல்வி அறிவு உடையவர்க்கு எல்லா நாடுகளிலும் சிறப்பு.

குடும்பத்திற்கு ஆகாத பெண்

கல்லாத மாந்தர்க்குக் கற்று உணர்ந்தார் சொல் கூற்றம்
அல்லாத மாந்தர்க்கு அறம் கூற்றம் – மெல்லிய
வாழைக்குத் தான் ஈன்ற காய் கூற்றம் கூற்றமே
இல்லிற்கு இசைந்து ஒழுகாப் பெண். 27

கல்வி அறிவு இல்லாதவர்களுக்குக் கல்வி அறிவு உடையவர் சொல்லும் அறிவுரை, எமனைப்போல் துன்பத்தைத் தரும். தீயவர்களுக்கு அறமானது எமனைப்போல் துன்பத்தைத் தரும். வாழைக்கு அது ஈன்ற வாழைக்குலையே எமன் ஆகும். குடும்பத்திற்கு ஆகாத பெண், அந்தக் குடும்பத்திற்கு எமன் போன்றவள்.

சந்தன மணம் போன்றோர்

சந்தன மென் குறடு தான் தேய்ந்த காலத்தும்
கந்தம் குறை படாது; ஆதலால் – தம்தம்
தனம் சிறியர் ஆயினும் தார் வேந்தர் கேட்டால்
மணம் சிறியர் ஆவரோ மற்று? 28

சந்தனக்கட்டை, தேய்ந்து சிறியது ஆனாலும் அதன் மணம் குறையாது. அதுபோல, பிறருக்கு வழங்கும் வள்ளல் குணம் கொண்ட மன்னன் செல்வ நிலையில் தாழ்ந்துவிட்டாலும் அவரது வள்ளல் குணம் குறைந்துவிடாது.

திருமகள் அருள்

மருவு இனிய சுற்றமும் வான் பொருளும் நல்ல
உருவும் உயர் குலமும் எல்லாம் – திருமடந்தை
ஆம் போது அவளோடும் ஆகும்; அவள் பிரிந்து
போம் போது அவளோடும் போம். 29

திருமகளின் அருள் இருந்தால் சுற்றத்தார் நம்முடன் சேர்ந்து இருப்பார்கள்; செல்வம் சேரும்; நல்ல தோற்றப்பொலிவு உண்டாகும்; உயர்ந்த குலப் பெருமையும் ஏற்படும். திருமகளின் அருள் இல்லை என்றால் இவை எல்லாம் நம்மைவிட்டு நீங்கிவிடும்.

சான்றோரின் செயல்

சாம் தனையும் தீயனவே செய்திடினும் தாம் அவரை
ஆம் தனையும் காப்பர் அறிவுடையோர் - மாந்தர்
குறைக்கும் தனையும் குளிர் நிழலைத் தந்து
மறைக்குமாம் கண்டீர் மரம். 30

மரத்தை வெட்டுபவன் அந்த மரத்தை வெட்டி வீழ்த்தும் வரை அந்த மரமே அவனுக்கு நிழலைக் கொடுக்கும். அதைப்போலச் சான்றோர்கள், தங்கள் இறப்பிற்குஇணையானதீமைசெய்தவர்களுக்கும்கூட நன்மையே செய்வார்கள்.

நல்வழி

கடவுள் வாழ்த்து

பாலும் தெளி தேனும் பாகும் பருப்பும் இவை
நாலும் கலந்து உனக்கு நான் தருவேன் – கோலம்செய்
துங்கக் கரி முகத்துத் தூமணியே நீ எனக்குச்
சங்கத் தமிழ் மூன்றும் தா.

*அழகிய யானை முகத்தைக்கொண்ட விநாயகப்
பெருமானே! பால், சுத்தமான தேன், வெல்லப்
பாகு, பருப்பு இவை நான்கையும் கலந்து இனிப்பாக
நான் படையல் செய்வேன். நீ எனக்கு இயல், இசை,
நாடகம் என்னும் மூன்று தமிழையும் தா.*

சமயங்களின் உண்மை

புண்ணியம்ஆம் பாவம்போம் போனநாள் செய்தஅவை
மண்ணில் பிறந்தார்க்கு வைத்த பொருள் – எண்ணும்கால்
ஈது ஒழிய வேறு இல்லை; எச்சமயத்தார் சொல்லும்
தீது ஒழிய நன்மை செயல்.   1

*புண்ணியச் செயல்களைச் செய்தால் நன்மை
கிடைக்கும். பாவச் செயல்களைச் செய்தால் தீமை
கிடைக்கும். கழிந்த பிறப்பில் நாம் செய்த
புண்ணியமே இந்தப் பிறப்பிற்கு நாம் சேர்த்துவைத்த*

செல்வம். இந்தப் புண்ணிய பாவத்தைத் தவிர வேறு எதுவும் இல்லை என்று எல்லாச் சமயங்களும் தெரிவிக்கின்றன.

இட்டாரும் இடாதாரும்

சாதி இரண்டு ஒழிய வேறு இல்லை; சாற்றுங்கால் நீதி வழுவா நெறிமுறையில் - மேதினியில் இட்டார் பெரியோர்; இடாதார் இழி குலத்தோர் பட்டாங்கில் உள்ள படி.   2

இந்த உலகில் உள்ள அறநூல்கள் சாதி இரண்டைத் தவிர வேறு எதுவும் இல்லை என்று தெரிவிக்கின்றன. நீதி நெறிக்கு உட்பட்டு வாழ்ந்து பிறருக்குக் கொடுப்பவர்கள் உயர்ந்த குலத்தைச் சேர்ந்தவர்கள். பிறருக்குக் கொடுக்காதவர்கள் இழிந்த குலத்தைச் சேர்ந்தவர்கள்.

விதியை வெல்லும் வழி

இடும்பைக்கு இடும்பை இயல்பு உடம்பு இது அன்றே இடும் பொய்யை மெய் என்று இராதே - இடும் கடுக உண்டாயின் உண்டாகும் ஊழில் பெரு வலி நோய் விண்டாரைக் கொண்டாடும் வீடு.   3

இந்த உடம்பானது துன்பம் குடியிருக்கும் வீடு. இந்த உடம்பு உணவினைப் போட்டு வைக்கும் பை. இது பொய்யானது. இதனை மெய் என்று நம்பி இருக்காதீர்! எனவே செல்வம் இருக்கும்போது விரைந்து பிறருக்குக் கொடுத்துவிடுங்கள். இந்த அறச்செயலைச் செய்தால் விதி என்னும் துன்பத்திலிருந்து விடுபட்டு வீடுபேறு அடையலாம்.

ஆகும் காலம்

எண்ணி ஒரு கருமம் யார்க்கும் செய்ய ஒண்ணாது
புண்ணியம் வந்து எய்த போது அல்லால் - கண் இல்லான்
மாங்காய் விழ எறிந்த மாத்திரைக் கோல் ஒக்குமே
ஆங்காலம் ஆகும் அவர்க்கு. 4

கண் இல்லாதவன் மாமரத்தில் மாங்காய் பறிப்பதற்காகக் கையில் இருக்கும் கோலை எறிவதுபோல நாமும் சில செயல்களைச் செய்கிறோம். அவனை அறியாமல் மாங்காய் விழுவதைப்போல நாம் செய்யும் செயலால் எதுவும் நிகழாமல், ஆகும் காலம் வரும்போதே செயல்கள் பலனைத் தருகின்றன.

கிடைப்பதே கிடைக்கும்

வருந்தி அழைத்தாலும் வாராத வாரா
பொருந்துவன போமின் என்றால் போகா - இருந்து ஏங்கி
நெஞ்சம் புண்ணாக நெடுந்தூரம் தாம் நினைந்து
துஞ்சுவதே மாந்தர் தொழில். 5

எவ்வளவு முயன்றாலும் நமக்குக் கிடைக்க இயலாதவை நமக்குக் கிடைப்பது இல்லை. நமக்குக் கிடைக்கக் கூடியவற்றை வேண்டாம் என்று சொன்னாலும் அவை நம்மைவிட்டுப் போவது இல்லை. இந்த உண்மையை உணராமல் மனம் புண்ணாகும்படி வருத்தப்பட்டு உயிரை விடுவதே மனிதரின் தொழிலாக உள்ளது.

உள்ளதே கிடைக்கும்

உள்ளது ஒழிய ஒருவர்க்கு ஒருவர் சுகம்
கொள்ளக் கிடையா குவலயத்தில் - வெள்ளக்

கடல் ஓடி மீண்டு கரையேறினால் என்
உடலோடு வாழும் உயிர்க்கு.   6

இந்த உலகில் ஒருவருக்கு எவ்வளவு இன்பம் கிடைக்க வேண்டும் என்று இருக்கிறதோ அந்த அளவுக்கே கிடைக்கும். பிறர் அளவற்ற இன்ப வாழ்க்கை வாழ்கிறார் என்று கடல் கடந்துபோய்ச் செல்வம் தேடி வந்தாலும் ஒருவர்க்குக் கிடைக்கும் இன்பம் மட்டுமே கிடைக்கும்.

உடலும் உயிரும்

எல்லாப் படியாலும் எண்ணினால் இவ் உடம்பு
பொல்லாப் புழுமலி நோய் புன்குரம்பை - நல்லார்
அறிந்திருப்பர் ஆதலினால் ஆம் கமல நீர் போல்
பிரிந்திருப்பர் பேசார் பிறர்க்கு.   7

நமது உடல், நோய்களின் இருப்பிடம்; நிலையில்லாமல் அழியக்கூடியது. ஆகவே நல்ல அறிவுடையவர்கள் தாமரை இலையில் தண்ணீர் ஒட்டாத தன்மையைப் போல் இந்த உடலையும் உயிரையும் பிரித்து அறிந்து வாழ்வார்கள். பிறரைப் பற்றிக் குறை சொல்ல மாட்டார்கள்.

சேர்க்க வேண்டிய பொருள்

ஈட்டும் பொருள் முயற்சி எண்ணிறந்த ஆயினும் ஊழ்
கூட்டும்படி அன்றிக் கூடாவாம் - தேட்டம்
மரியாதை காணும் மகிதலத்தீர் கேண்மின்
தரியாது காணும் தனம்.   8

எவ்வளவு முயற்சி செய்தாலும் நம்மிடம் சேரவேண்டிய செல்வம் மட்டுமே சேரும். செல்வம் நிலையில்லாதது. உண்மையில் இந்த உலகத்தில்

சேர்த்துவைக்க வேண்டிய பொருள் மரியாதை மட்டுமே!

குடிப் பிறந்தார் இயல்பு

ஆற்றுப் பெருக்கற்று அடி சுடும் அந்நாளும்
ஊற்றுப் பெருக்கால் உலகு ஊட்டும் - ஏற்றவர்க்கு
நல்ல குடிப் பிறந்தார் நல்கூர்ந்தார் ஆனாலும்
இல்லை என மாட்டார் இசைந்து. 9

ஆற்றில் வெள்ளம் இல்லாமல் வறட்சி ஏற்பட்ட வேளையிலும் ஆற்றில் தோண்டப்படும் ஊற்றின் வாயிலாக அனைவருக்கும் ஆறானது தண்ணீரைக் கொடுக்கும். அதுபோல நல்ல குடியில் பிறந்தவர்கள் வறுமை நிலை அடைந்தாலும் அவர்களிடம் வந்து பொருள் கேட்பவர்களுக்கு இல்லை என்று சொல்லாமல் அவர்களால் இயன்ற பொருளை வழங்குவார்கள்.

மகிழ்வான வாழ்வு

ஆண்டாண்டு தோறும் அழுது புரண்டாலும்
மாண்டார் வருவாரோ? மாநிலத்தீர் - வேண்டாம்
நமக்கும் அது வழியே; நாம் போம் அளவும்
எமக்கு என் என்று இட்டு உண்டு இரும். 10

இந்த உலகத்தில் பிறந்தவர்கள் அனைவரும் ஒருநாள் இறப்பது உறுதி. அவ்வாறு இறந்தவர்களுக்காகப் பல்லாண்டுக் காலம் அழுது புரண்டாலும் இறந்தவர் மீண்டும் உயிர் பிழைத்து வருவது இல்லை. நாமும் ஒருநாள் இறக்கத்தான் போகிறோம். எனவே, உயிர் வாழ்கின்ற வரையில் பிறருக்குப் பொருளை வழங்கி நாமும் உண்டு மகிழ்வாக வாழ வேண்டும்.

வயிறு தரும் துன்பம்

ஒரு நாள் உணவை ஒழி என்றால் ஒழியாய்
இரு நாளுக்கு ஏல் என்றால் ஏலாய் - ஒரு நாளும்
என் நோவு அறியாய் இடும்பை கூர் என் வயிறே!
உன்னோடு வாழ்தல் அரிது.   11

ஒருநாள் உணவு உண்ணாமல் இருக்கலாம் என்றால் இந்த வயிறு பொறுத்துக்கொள்ளாது. இரண்டு நாளைக்குச் சேர்த்து உண்டுவிடலாம் என்றாலும் இந்த வயிறு ஏற்றுக்கொள்ளாது. உணவுக்காக நான் படும் துன்பத்தை ஒருநாளும் என் வயிறு அறியாது. இந்த வயிற்றுடன் வாழ்வது மிகவும் துன்பமானது.

உழுது உண்டு வாழ்

ஆற்றங் கரையின் மரமும் அரசு அறிய
வீற்றிருந்த வாழ்வும் விழும் அன்றே - ஏற்றம்
உழுது உண்டு வாழ்வதற்கு ஒப்பு இல்லை கண்டீர்
பழுது உண்டு வேறு ஓர் பணிக்கு.   12

ஆற்றங்கரையில் உள்ள மரம் நன்கு செழிப்பாக வளரும். அந்த மரமும் ஒருநாள் கீழே விழும். அரசனும் போற்றும் வகையில் வாழ்கின்ற சிறந்த புகழ்மிக்க வாழ்வுகூட ஒருநாள் வீழ்ச்சி அடையும். ஆனால், உழவுத்தொழில் செய்து வாழ்கின்றவர்க்கு எந்தக் குறையும் ஏற்படாது. வேறு எல்லாப் பணியிலும் குறைவு உண்டு.

பிச்சை எடுத்தல் கூடாது

ஆவாரை யாரே அழிப்பார்; அன்றிச்
சாவாரை யாரே தவிர்ப்பவர்? ஓவாமல்

ஐயம் புகுவாரை யாரே விலக்குவார்?
மெய் அம்புவி அதன் மேல். 13

ஒருவருக்குச் செல்வம் வரும்போது அந்தச் செல்வத்தை யாராலும் தடுக்க முடியாது. அதைப்போல் ஒருவர்க்கு இறப்பு வரும்போதும் யாராலும் தடுக்க இயலாது. இவற்றைப்போல், இந்த உலகத்தில் நாள்தோறும் பிச்சை எடுத்து வாழ்கின்றவரை யாராலும் நிறுத்த முடியாது.

மானமே பெரிது

பிச்சைக்கு மூத்த குடி வாழ்க்கை பேசுங்கால்
இச்சை பல சொல்லி இடித்து உண்கை - சீச்சீ
வயிறு வளர்க்கைக்கு மானம் அழியாது
உயிர் விடுகை சால உறும். 14

இந்த உலகில் இழிவான செயல் பிச்சை எடுத்து உண்பது ஆகும். அதைவிடவும் இழிவானது பிறர் விரும்பும்படியாகப் புகழ்ந்து பேசி, அவர் கூறும் ஏளனங்களை ஏற்றுக்கொண்டு அவரிடம் பொருள் பெற்று வாழ்வது ஆகும். இவ்வாறு மானத்தை இழந்து வாழ்வதைவிட மானத்தோடு உயிரை விடுவதே சிறப்புடையது.

செய்யும் தொழிலே தெய்வம்

சிவாய நம என்று சிந்தித்து இருப்போர்க்கு
அபாயம் ஒரு நாளும் இல்லை - உபாயம்
இதுவே மதியாகும்; அல்லாத எல்லாம்
விதியே மதியாய் விடும். 15

சிவபெருமானைச் சிவாய நம எனப் போற்றிவிட்டு அன்றாடம் நமது வேலையை நாம் சிந்தித்துச் செய்து

வந்தால் நமக்கு ஒருநாளும் துன்பம் ஏற்படாது. இவ்வாறு, எல்லாம் அவன் செயல் என்று நினைப்பதுதான் துன்பத்தைப் போக்குவதற்கான வழி ஆகும். இந்த அறிவினை ஏற்றுக்கொள்ளவில்லை என்றால் விதிப்படி நாம் அனுபவிக்கும் துன்பத்தை அனுபவித்தே தீருவோம்.

பெண்ணின் பெருமை

**தண்ணீர் நில நலத்தால் தக்கோர் குணம் கொடையால்
கண் நீர்மை மாறாக் கருணையால் - பெண்நீர்மை
கற்பு அழியா ஆற்றால் கடல் சூழ்ந்த வையகத்துள்
அற்புதமாம் என்றே அறி.   16**

நிலத்தின் இயல்புக்கு ஏற்பவே தண்ணீர் இருக்கும். நல்லவர்களின் இயல்பு அவர்களின் கொடைத் தன்மையால் தெரியும். கருணை நிறைந்த பார்வையினால் கண் பெருமை அடையும். பெண்ணின் பெருமை கற்பினைக் காக்கும் தன்மையில் உள்ளது. இந்த நான்கும் இந்த உலகத்தில் அற்புதம் ஆகும்.

கொடுத்து வாழ்

**செய் தீவினை இருக்கத் தெய்வத்தை நொந்தக்கால்
எய்த வருமோ இரு நிதியம்? - வையத்து
அறும் பாவம் என்று அறிந்து அன்று இடார்க்கு இன்று
வெறும் பானை பொங்குமோ மேல்.   17**

நாம் முன்பு அளவிட முடியாத தீய செயல்களைச் செய்துவிட்டு, நம்மைக் காப்பாற்றும்படி இறைவனை வேண்டினால் நமக்குச் செல்வம் வந்து சேராது. நாம் செய்த பாவங்கள் தீரவேண்டும்

என்றால் பிறருக்கு வழங்க வேண்டும். அவ்வாறு பாவத்தைப் போக்கும் வகையில் பிறருக்குக் கொடுக்காதவர்கள் செல்வம் வேண்டும் என்று இறைவனை வேண்டுவது, வெறும்பானை பொங்கும் என்று காத்திருப்பதற்கு ஒப்பானது ஆகும்.

கொடுக்காதவன் செல்வம்

பெற்றார் பிறந்தார் பெரு நாட்டார் பேருலகில்
உற்றார் உகந்தார் என வேண்டார் - மற்றோர்
இரணங் கொடுத்தால் இடுவர்; இடாரே
சரணம் கொடுத்தாலும் தாம். 18

பிறருக்குக் கொடுக்கும் இயல்பு இல்லாதவரிடம் அவரைப் பெற்றவர், உடன் பிறந்தவர், அவர் ஊரினைச் சேர்ந்தவர், உறவினர், நண்பர் முதலானோர் எவ்வளவு தயவாகக் கேட்டாலும் கொடுக்கமாட்டார். ஆனால், யாராவது அவருக்குக் காயம் ஏற்படும் படியாகத் தாக்கினால் பயந்து கொடுத்துவிடுவார்கள்.

பசியின் கொடுமை

சேவித்தும் சென்று இரந்தும் தெண் நீர்க்கடல் கடந்தும்
பாவித்தும் பாராண்டும் பாட்டு இசைத்தும் - போவிப்போம்
பாழின் உடம்பை வயிற்றின் கொடுமையால்
நாழி அரிசிக்கே நாம். 19

பிறரை வணங்கியும், பிச்சை எடுத்தும், கடல் கடந்து சென்றும், தகுதி இல்லாதவரைத் தகுதி உடையவராகப் போற்றிப் பாடியும் நாம் பாழாய்ப்போன வயிற்றுப் பசியினால் ஒரு படி அரிசிக்காக இந்த உடலை இழிவுபடுத்துகிறோம்.

விலை மாதர் தொடர்பு

**அம்மி துணையாக ஆறு இழிந்தவாறு ஒக்கும்
கொம்மை முலை பகர்வார்க் கொண்டாட்டம் - இம்மை
மறுமைக்கும் நன்று அன்று மாநிதியம் போக்கி
வறுமைக்கு வித்தாய் விடும்.** 20

பெரிய மார்பினைக்கொண்ட விலை மகளிடம் இன்பம் பெற விரும்புவது அம்மியை உடலில் கட்டிக்கொண்டு ஆற்றை நீந்திக் கடக்க விரும்புவதற்கு ஒப்பானது ஆகும். அவ்வாறு விலை மாதரிடம் சென்று இன்பம் பெற நினைப்பது இந்தப் பிறப்பிற்கும் இனி எடுக்கும் பிறப்பிற்கும் துன்பத்தைக் கொடுக்கும். அவ்வாறு சென்றால் நம்மிடம் உள்ள செல்வம் எல்லாம் நம்மைவிட்டு நீங்கி நம்மை வறுமையில் தள்ளிவிடும்.

வஞ்சம் இல்லார்

**நீரும் நிழலும் நிலம் பொதியும் நெல் கட்டும்
பேரும் புகழும் பெரு வாழ்வும் - ஊரும்
வரும் திருவும் வாழ் நாளும் வஞ்சம் இல்லார்க்கு என்றும்
தரும் சிவந்த தாமரையாள் தான்.** 21

நெஞ்சத்தில் வஞ்சம் இல்லாதவர்க்குத் தண்ணீர் வசதியுடன் கூடிய வீட்டினையும், நல்ல நெல் விளையும் நிலத்தையும், நல்ல பெயரையும் புகழையும், மேலும் மேலும் வளர்கின்ற செல்வத்தையும், நீண்ட வாழ்நாளையும் செந்தாமரைப் பூவில் வீற்றிருக்கும் திருமகள் தந்து அருள்வாள்.

பாவிகளின் பணம்

பாடுபட்டுத் தேடிப் பணத்தைப் புதைத்து வைத்துக்
கேடுகெட்ட மானிடரே கேளுங்கள் - கூடு விட்டு இங்கு
ஆவிதான் போயின பின்பு யாரே அனுபவிப்பார்
பாவிகாள் அந்தப் பணம். 22

மிகவும் வருத்தப்பட்டுத் தேடிய பணத்தைத் தானும்
பயன்படுத்தாமல் பிறருக்கும் கொடுக்காமல்
புதைத்து வைத்துக் காத்திருக்கும் மனிதர்களே! இந்த
உடலில் இருக்கும் உயிர் போய்விட்டால் அந்தப்
பணத்தை நீங்களும் பயன்படுத்த முடியாது; பிறரும்
பயன்படுத்த இயலாது.

நீதி தவறாதே!

வேதாளம் சேருமே வெள் எருக்குப் பூக்குமே
பாதாள மூலி படருமே - மூதேவி
சென்றிருந்து வாழ்வளே சேடன் குடிபுகுமே
மன்று ஓரம் சொன்னார் மனை. 23

ஊர்ப் பொதுமன்றம் என்னும் நீதிமன்றத்தில்
நேர்மையாகத் தீர்ப்பு வழங்காமல் ஒரு பக்கமாகத்
தீர்ப்புச் சொன்னவர் வீட்டில் பேய்கள் சேர்ந்து
வாழும்; வெள் எருக்குச் செடி வளர்ந்து பூக்கும்;
சுவரைப் பிளக்கும் செடி கொடிகள் வேர் விட்டு
வளரும்; மூதேவி குடியிருப்பாள்; பாம்பு வந்து
தங்கும். இந்த அளவிற்கு அவர்களது குடும்பம்
அழிந்து வீடு பாழாகிப் போகும்.

மனைவி இல்லா வீடு

நீறு இல்லா நெற்றி பாழ்; நெய் இல்லா உண்டி பாழ்
ஆறு இல்லா ஊருக்கு அழகு பாழ் - மாறுஇல்

உடன் பிறப்பு இல்லா உடம்பு பாழ்; பாழே
மடக் கொடி இல்லா மனை.   24

திருநீறு பூசாத நெற்றி வெறும் நெற்றியாக அழகு இழக்கும். நெய் இல்லாத உணவுப்பொருள் சுவையை இழக்கும். ஆறு இல்லாத ஊர் அழகினை இழக்கும். உடன்பிறந்தோர் இல்லை என்றால் உடல் வலிமை என்னும் அழகினை இழக்கும். இவற்றைப்போல மனைவி இல்லாத ஒருவனது வாழ்க்கையும் அழகு இல்லாமல் போகும்.

வரவும் செலவும்

ஆன முதலில் அதிகம் செலவு ஆனால்
மானம் அழிந்து மதி கெட்டுப் - போன திசை
எல்லார்க்கும் கள்ளனாய் ஏழ் பிறப்பும் தீயனாய்
நல்லார்க்கும் பொல்லனாம் நாடு.   25

வரவுக்கு மேல் செலவு செய்தபின் முதலீட்டையும் ஒருவன் செலவு செய்தால் மானத்தை இழப்பான்; அறிவை இழப்பான்; ஊரைவிட்டுச் செல்வான்; கள்வன் என்று பேர் எடுப்பான்; அவனது வழித் தோன்றல்களும் தீயவர்கள் எனக் கருதப்படுவார்கள்; நல்லவர்கள் அனைவருக்கும் தீயவனாகத் தோன்றுவான்.

பத்தும் பறந்து போகும்

மானம் குலம் கல்வி வண்மை அறிவுடைமை
தானம் தவம் உயர்ச்சி தாளாண்மை - தேனின்
கசிவந்த சொல்லியர் மேல் காமுறுதல் பத்தும்
பசி வந்திடப் பறந்து போம்.   26

தன் பெருமை, குடும்பப் பெருமை, கல்விச் சிறப்பு, செல்வச் சிறப்பு, அறிவு, வள்ளல் தன்மை, நோன்பு,

உயர்வு, முயற்சி, பெண்களிடம் பெறும் இன்பம் என்னும் பத்தும் பசித் துன்பம் வந்துவிட்டால் நம்மைவிட்டுப் பறந்து போய்விடும்.

இறைவன் செயல்

ஒன்றை நினைக்கின் அது ஒழிந்திட்டு ஒன்றாகும்
அன்றி அதுவரினும் வந்து எய்தும் - ஒன்றை
நினையாத முன் வந்து நிற்பினும் நிற்கும்
எனை ஆளும் ஈசன் செயல். 27

ஒரு பொருள் வேண்டும் என நினைத்தால் அது கிடைக்காமல் வேறு ஒன்று கிடைக்கும். அல்லது நாம் நினைத்த ஒன்றே கிடைத்துவிடும். ஒன்று நாம் கிடைக்க வேண்டும் என நினைக்காதபோதே கிடைத்துவிடும். இவ்வாறு நடக்கும் செயல்கள் அனைத்தும் இறைவன் செயல் ஆகும்.

பேராசையின் விளைவு

உண்பது நாழி உடுப்பது நான்கு முழம்
எண்பது கோடி நினைந்து எண்ணுவன - கண் புதைந்த
மாந்தர் குடி வாழ்க்கை மண்ணின் கலம் போலச்
சாந்துணையும் சஞ்சலமே தான். 28

ஒரு மனிதன் உண்பதற்கு ஒரு படி அரிசிச்சோறு போதும். உடுத்திக்கொள்வதற்கு நான்கு முழம் துணி போதும். ஆனால், நமது மனம் எண்பது கோடிக்கு மேல் பொருள் வேண்டும் என்று பேராசைப்படுகிறது. இவ்வாறு அறிவுக்குப் பொருந்தாமல் மூடத்தனத்துடன் ஆசைப்படுவதால், மண்பாத்திரம் எப்போது உடைந்து இல்லாமல் போகுமோ எனக்

கவலைப்படுவதைப்போல் மனிதர்களும் சாகும்வரை கவலைப்பட்டுக்கொண்டே இருக்கிறார்கள்.

கொடுத்தால் உறவு கூடும்

மரம் பழுத்தால் வௌவாலை வாவென்று கூவி
இரந்து அழைப்பார் யாவரும் அங்கில்லை - சுரந்து அமுதம்
கற்றா தரல் போல் கரவாது அளிப்பரேல்
உற்றார் உலகத் தவர். 29

மரத்தில் பழங்கள் பழுத்தால், யாரும் வா என அழைக்காமலே வௌவால் வந்து பழத்தைத் தின்னும். கன்றை ஈன்ற பசுவானது பாலை ஒளித்து வைக்காமல் கறப்பவருக்குத் தருகிறது. மரமும் பசுவும் வழங்குவது போல் எல்லோரும் எல்லோருக்கும் வழங்கினால் உலகத்தில் உள்ள எல்லோரும் உறவினர்கள் ஆவார்கள்.

விதியின் விளைவு

தாம் தாம் முன் செய்தவினை தாமே அனுபவிப்பார்
பூந்தாமரையோன் பொறி வழியே - வேந்தே
ஒறுத்தாரை என் செயலாம் ஊர் எல்லாம் ஒன்றா
வெறுத்தாலும் போமோ விதி. 30

நாம் முன்பு செய்த வினைப்பயனுக்கு ஏற்பவே இப்போது பயன் பெறுவோம். வேந்தனால் தண்டிக்கப்பட்டவனை ஊரில் உள்ளோர் அனைவரும் காப்பாற்ற நினைத்தாலும் காப்பாற்ற இயலாது. அதுபோல பிரம்மன் எழுதிய விதியினால் துன்பம் அனுபவிப்பவனின் துன்பத்தைப் போக்க முடியாது.

பழிக்கு அஞ்சா மனைவி

**இழுக்கு உடைய பாட்டிற்கு இசை நன்று; சாலும்
ஒழுக்கம் உயர் குலத்தின் நன்று - வழுக்குடைய
வீரத்தின் நன்று விடா நோய்; பழிக்கு அஞ்சாத்
தாரத்தின் நன்று தனி.** 31

பொருள் பிழையுடைய பாடலைக் கேட்பதை
விடவும் வெறும் இசையைக் கேட்பது
சிறப்புடையது. உயர்ந்த குடியில் தோன்றியவன்
என்று தவறு செய்வதை விடவும் தாழ்ந்த குடியில்
தோன்றியவன் ஒழுக்கமாய் வாழ்வது சிறப்புடையது
ஆகும். முறையான வீரம் இல்லாதவனை விடவும்
நோயாளியாய் இருப்பது சிறப்புடையது. பழி
பாவத்திற்கு அஞ்சாத மனைவியுடன் சேர்ந்து
வாழ்வதை விடவும் தனித்து வாழ்வது சிறப்புடையது.

நிலையில்லாச் செல்வம்

**ஆறிடும் மேடும் மடுவும் போலாம் செல்வம்
மாறிடும் ஏறிடும் மாநிலத்தீர் - சோறு இடும்
தண்ணீரும் வாரும் தருமமே சார்பாக
உண்ணீர்மை வீறும் உயர்ந்து.** 32

ஆற்றோட்டத்தின் இயல்புக்கு ஏற்ப மேடும்
பள்ளமும் மாறிமாறி ஆற்றில் ஏற்படும்.
அதைப்போல நம்மிடம் இருக்கும் செல்வமும்
கூடும்; குறையும். எனவே செல்வம் இருக்கும்போதே
இல்லாதவர்க்கு உணவும் தண்ணீரும் வழங்க
வேண்டும். அவ்வாறு வழங்கினால் நமது உள்ளம்
தூய்மை அடையும்.

வன்சொல்லும் மென்சொல்லும்

வெட்டனவை மெத்தனவை வெல்லாவாம்; வேழத்தில்
பட்டு உருவும் கோல் பஞ்சில் பாயாது - நெட்டிருப்புப்
பாரைக்கு நெக்கு விடாப் பாறை பசுமரத்தின்
வேருக்கு நெக்கு விடும். 33

யானையின் மேல் பாய்ந்து வெளியேறும் கூர்மையான வேலினால் பஞ்சில் பாய இயலாது. கடப்பாரையாலும் உடைக்க இயலாத பாறையை மரத்தின் வேர் பிளந்துவிடும். இவைபோல, கடுமையான சொற்களால் எந்தக்காலத்திலும் இனிமையான சொற்களை வெல்ல இயலாது.

செல்வத்தின் பெருமை

கல்லானே ஆனாலும் கைப்பொருள் ஒன்று உண்டாயின்
எல்லோரும் சென்று அங்கு எதிர் கொள்வர் - இல்லானை
இல்லாளும் வேண்டாள்; மற்று ஈன்று எடுத்த தாய் வேண்டாள்
செல்லாது அவன் வாயின் சொல். 34

ஒருவனிடம் செல்வம் இருந்தால் அவன் கல்வி அறிவு இல்லாதவனாக இருந்தாலும் அவனை எல்லோரும் வரவேற்றுப் போற்றுவார்கள். செல்வம் இல்லாதவனை அவனது மனைவிகூட விரும்பமாட்டாள்; பெற்ற தாய்கூட விரும்ப மாட்டாள். அவனது சொல்லை யாரும் பொருட்படுத்த மாட்டார்கள்.

அறிவுடைய மக்கள்

பூவாதே காய்க்கும் மரமும் உள மக்கள் உளும்
ஏவாதே நின்று உணர்வார் தாம் உளரே - தூவா

விரைத்தாலும் நன்று ஆகா வித்தெனவே பேதைக்கு
உரைத்தாலும் தோன்றாது உணர்வு. 35

பூக்காமலே காய்க்கும் மரங்கள் இருப்பதைப்போல ஒரு வேலையைச் சொல்வதற்கு முன்பு அறிந்து செய்கின்ற பிள்ளைகளும் இருக்கின்றனர். நன்றாக விதைத்தாலும் முளைக்காத விதைகள் இருப்பதைப் போல எவ்வளவு எடுத்துச் சொன்னாலும் உணராத மூடர்களும் உள்ளனர்.

வேற்றுப் பெண்ணை விரும்பாதே

நண்டு சிப்பி வேய் கதலி நாசமுறும் காலத்தில்
கொண்ட கரு அழிக்கும் கொள்கைபோல் - ஒண்தொடீஇ
போதம் தனம் கல்வி பொன்ற வரும் காலம் அயல்
மாதர் மேல் வைப்பார் மனம். 36

நண்டு, முத்துச் சிப்பி, மூங்கில், வாழை முதலானவை அழியும் காலத்தில் அவற்றின் கருவே அவற்றை அழித்துவிடும். அதைப்போல ஒருவனிடம் உள்ள அறிவு, செல்வம், கல்வி ஆகியவை அழியும் காலத்தில் அவனது மனம் பிற பெண்களின் மேல் செல்லும்.

வருவது வந்தே தீரும்

வினைப் பயனை வெல்வதற்கு வேதம் முதலாம்
அனைத்து ஆய நூல் அகத்தும் இல்லை-நினைப்பது எனக்
கண்ணுறுவது அல்லால் கவலைப் படேல் நெஞ்சே! மெய்
விண் உறுவார்க்கு இல்லை விதி. 37

முற்பிறவியில் செய்த தீவினையால் தொடரும் வினையின் பயனை வேதம் முதலான எந்தச் சிறந்த நூல்களையும் கற்று நம்மால் அறிந்துகொள்ள இயலாது. அவை வரும்போதுதான் நம்மால் அறிந்துகொள்ள இயலும். எனவே வினைப்பயனை நினைத்துக் கவலைப்பட வேண்டாம். வாழ்வின் உண்மையை அறிந்து, தவ ஞானியாய் இருப்பவருக்கு வினைப்பயனால் உருவாகும் துன்பங்கள் ஏற்படுவது இல்லை.

எங்கேயோ தேடுகிறோம்

நன்று என்றும் தீது என்றும் நான் என்றும் தான் என்றும் அன்று என்றும் ஆம் என்றும் ஆகாதே - நின்ற நிலை தானதாம் தத்துவமா சம்பு அறுத்தார் யாக்கைக்குப் போனவா தேடும் பொருள். 38

நன்மை, தீமை என்றும் நான் செய்தது, அவன் செய்தது என்றும் இல்லை, உண்டு என்றும் எதுவும் இல்லை. இந்த வேறுபாடுகளைக் கடந்துதான் வாழ்க்கை முறை. புல்லை அறுத்தவன் அந்தப் புல்லைக்கொண்டு அதனைக் கட்டாமல் கயிறு தேடி அலைவதைப்போல வாழ்வியல் உண்மையை நாம் நம் வாழ்க்கையில் தேடாமல் எங்கோ தேடி அலைகிறோம்.

இறை அருள்

முப்பதாம் ஆண்டு அளவில் மூன்று அற்று ஒரு பொருளைத் தப்பாமல் தன்னுள் பெறான் ஆயின் - செப்பும் கலை அளவே ஆகுமாம் காரிகையார் தங்கள் முலை அளவே ஆகுமாம் மூப்பு. 39

முப்பது வயது முதல் நாற்பது வயதுக்குள் காமம், கோபம், மயக்கம் என்னும் நிலையில்லா மனம் என்னும் மூன்றையும் ஒழித்துவிட்டு இறைவன் என்னும் ஒரு பொருளை உள்ளத்தில் நினைக்க வேண்டும். அவ்வாறு இறைவனை அறியாதவனது அறிவானது, பெண்களின் மார்பு வளர்ச்சிக்கு ஏற்ப வயது அமைவதைப்போல அவன் கற்ற கல்விக்கு ஏற்பவே அமையும்; இறை அருள் கிடைக்காது.

வாழ்க்கைக்குத் தேவையானவை

தேவர் குறளும் திருநான்மறை முடிவும்
மூவர் தமிழும் முனி மொழியும் - கோவை
திருவாசகமும் திருமூலர் சொல்லும்
ஒரு வாசகம் என்று உணர். 40

திருவள்ளுவர் எழுதிய திருக்குறள், வேதத்தின் முடிவாகிய உபநிடதம், அப்பர், சம்பந்தர், சுந்தரர் பாடிய தேவாரம், மாணிக்கவாசகர் பாடிய திருக்கோவையாரும் திருவாசகமும் திருமூலர் பாடிய திருமந்திரம் ஆகியவை அனைத்தும் வாழ்க்கைக்குத் தேவையான உண்மைப் பொருளை உணர்த்துகின்றன என அறிந்துகொள்ள வேண்டும்.

முகிலை இராசபாண்டியன்

கன்னியாகுமரி மாவட்டத்தின் முகிலன் குடியிருப்பில் பிறந்த இவர் மதுரை, சென்னை, அண்ணாமலைப் பல்கலைக்கழகங்களில் கல்வி கற்றுள்ளார்.

சென்னை, தரமணியில் உள்ள தமிழ் இணையப் பல்கலைக்கழகத்தில் மூன்று ஆண்டுகள் உதவி இயக்குநராகவும் செம்மொழித் தமிழாய்வு மத்திய நிறுவனத்தின் பதிவாளராகவும் பணியாற்றியுள்ள இவர், சென்னை மாநிலக் கல்லூரியில் பதினைந்து ஆண்டுகள் தமிழ்ப் பேராசிரியராகப் பணியாற்றியுள்ளார்.

ஐந்து நாவல்கள், ஐந்து சிறுகதைத் தொகுப்புகள், மூன்று நாடகங்கள், நான்கு கவிதைத் தொகுப்புகள் உட்பட தொண்ணூறு நூல்கள் படைத்துள்ளார்.

மனோன்மணியம் சுந்தரனார் பல்கலைக்கழகத்தின் பாரதியார், பாரதிதாசன் அறக்கட்டளைப் பரிசுகளையும் கோவை கஸ்தூரி சீனிவாசன் அறநிலையத்தின் நாவல் பரிசினையும் பாரத ஸ்டேட் வங்கியின் நாடகப் பரிசினையும் தமிழ்நாடு கலை இலக்கியப் பெரு மன்றத்தின் சிறந்த சிறுகதை நூல் பரிசினையும் வேறு பல விருதுகளையும் பெற்றுள்ளார்.